AF100454

แมวของเชรดิงเกอร์
โลกแห่งกวีนิพนธ์ควอนตัม

Translated to Thai from the English version of
Schrödinger's Cat

Devajit Bhuyan

Ukiyoto Publishing

สิทธิในการเผยแพร่ทั่วโลกทั้งหมดถือครองโดย

Ukiyoto Publishing

เผยแพร่ใน 2024

ลิขสิทธิ์เนื้อหา © Devajit Bhuyan

ISBN

สงวนลิขสิทธิ์

ห้ามทำซ้ำส่งต่อหรือจัดเก็บส่วนใดส่วนหนึ่งของสิ่งพิมพ์นี้ในระบบการเรียกคืนไม่ว่าในรูปแบบใดๆ ไม่ว่าจะด้วยวิธีการทางอิเล็กทรอนิกส์เครื่องกลการถ่ายเอกสารการบันทึกหรืออื่นๆ โดยไม่ได้รับอนุญาตล่วงหน้าจากผู้จัดพิมพ์

สิทธิทางศีลธรรมของผู้เขียนได้รับการยืนยันแล้ว

หนังสือเล่มนี้ขายภายใต้เงื่อนไขว่าจะต้องไม่ให้ยืมขายต่อว่าจ้างหรือเผยแพร่โดยไม่ได้รับความยินยอมจากผู้จัดพิมพ์ล่วงหน้าในรูปแบบของการผูกมัดหรือครอบคลุมใดๆนอกเหนือจากที่มีการเผยแพร่

www.ukiyoto.com

อุทยานสำหรับเอร์วิน เชรดิงเกอร์, แม็กซ์ แปลงก์,
และเวอร์เนอร์ ไฮเซนเบิร์ก,
สามทหารอัจฉริยะของฟิสิกส์ควอนตัม

เนื้อหา

เอนโทรปีจะถูกฆ่า	2
ความเป็นคู่ของสสารพลังงาน	3
จักรวาลคู่ขนาน	4
ความสำคัญของผู้สังเกตการณ์	5
ปัญญาประดิษฐ์	6
อย่าละเมิดมิติเวลา	7
กาลครั้งหนึ่งนานมาแล้ว	8
สมการพระเจ้า	9
การโต้วาทีของนักปรัชญา	10
ฉันจะเดินหน้าต่อไปเรื่อยๆ	11
การเล่นของพระเจ้าและฟิสิกส์	12
เมื่อมีเครื่องจักรที่เรียกว่าเทเล็กซ์	13
จิตใจของฉัน	14
หากพหุภพเป็นจริง	15
แรงเสียดทาน	16
สิ่งที่เรารู้ไม่มีอะไรเลย	17
วันแห่งความจริงที่ดีกำลังจะมาถึง	18
การสร้างความแตกต่างและการบูรณาการ	19
อินทรีในความอดอยาก	20
เมื่อเราโตขึ้น	21
ลืมการแบ่งแยกที่มนุษย์สร้างขึ้น	22
คลาวด์คอมพิวติ้งทำให้เขามองไม่เห็น	23
เราเป็นเสมือนจริง	24
จิตสำนึกแห่งชีวิต	25

แมวออกมามีชีวิต	27
สิ่งกีดขวางขนาดใหญ่	28
ชีวิตไม่ใช่เตียงของดอกกุหลาบแต่มีแสงแดด	29
สัตว์สูงสุด	30
โอ เคมีวิทยา ที่รัก	31
อารมณ์มนุษย์และฟิสิกส์ควอนตัม	32
จะเกิดอะไรขึ้นกับความคิดริเริ่มและจิตสำนึก?	33
เมื่อการขยายตัวของจักรวาลสิ้นสุดลง	34
การวิศวกรรมใหม่	35
ฮิกส์โบซอนเทพอนุภาค	36
ชายชรากับความผูกพันเชิงควอนตัม	37
ผู้คนจะทำอะไร?	38
อวกาศ - เวลา	39
จักรวาลที่ไม่เสถียร	40
ทฤษฎีสัมพัทธภาพ	41
เวลาคืออะไร	42
คิดการใหญ่	43
ธรรมชาติราคาจ่ายสำหรับกระบวนการวิวัฒนาการของตัวเอง	44
วันคุ้มครองโลก	45
วันหนังสือโลก	46
ให้เรามีความสุขในการเปลี่ยนผ่าน	47
ผู้สังเกตการณ์มีความสำคัญ	48
มีเวลาเพียงพอ	49
ความเหงาก็ไม่เลวตลอดเวลา	50
ฉันกับปัญญาประดิษฐ์	51
คำถามทางจริยธรรม	52

ฉันไม่รู้	53
ฉันรู้ว่าฉันเก่งที่สุดในการแข่งหนู	54
สร้างอนาคตของคุณ	55
ขนาดที่ถูกละเลย	56
เราจำได้ว่า	57
เจตจำนงเสรี	58
พรุ่งนี้เป็นเพียงความหวัง	59
การเกิดและการตายในขอบฟ้าเหตุการณ์	60
เกมระดับสูงสุด	61
เวลาภาพลวงตาลึกลับ	62
พระผู้เป็นเจ้าไม่ทรงต่อต้านเจตจำนงของพระองค์	63
ดีและไม่ดี	64
ผู้คนชื่นชมเพียงไม่กี่หมวดหมู่	66
เทคโนโลยีเพื่อวันพรุ่งนี้ที่ดีกว่า	67
การผสมผสานของปัญญาประดิษฐ์และปัญญาธรรมชาติ	68
ในโลกที่แตกต่างกัน	69
สัญชาตญาณการทำลายล้าง	70
คนอ้วนตายหนุ่มสาว	71
การทำงานหลายอย่างไม่ใช่การรักษา	72
มนุษย์อมตะ	73
มิติที่แปลกประหลาด	74
ชีวิตคือการต่อสู้อย่างต่อเนื่อง	75
บินสูงขึ้นและสูงขึ้นสัมผัสความเป็นจริง	76
เพื่อรับมือกับชีวิต	77
เราเป็นกองอะตอมเท่านั้นหรือ?	78
เวลาคือความเสื่อมหรือความก้าวหน้าโดยไม่มีอยู่จริง	79

ฟาโรห์	80
โลกโฉบเฉี่ยว	81
ทำไมเราถึงต้องการสงคราม?	82
ละทิ้งสันติภาพของโลกอย่างถาวร	83
ลิงก์ที่หายไป	84
สมการพระผู้เป็นเจ้าไม่เพียงพอ	85
ความเสมอภาคของผู้หญิง	86
ไม่มีที่สิ้นสุด	87
นอกเหนือจากทางช้างเผือก	88
มีความสุขกับรางวัลชมเชยและก้าวต่อไป	89
โควิด-19 ล้มไม่ได้	90
อย่ามองโลกในแง่ไม่ดี	91
คิดให้ใหญ่แล้วลงมือทำเลย	92
สมองคนเดียวไม่เพียงพอ	93
การนับและคณิตศาสตร์	94
หน่วยความจำไม่เพียงพอ	95
ยิ่งให้มากยิ่งได้มาก	96
การปล่อยวางและการลืมเป็นสิ่งสำคัญเท่าเทียมกัน	97
ความน่าจะเป็นควอนตัม	98
อิเล็กตรอน	99
นิวตริโน	100
พระผู้เป็นเจ้าทรงเป็นผู้จัดการที่ไม่ดี	101
ฟิสิกส์คือบิดาแห่งวิศวกรรม	102
ความรู้เกี่ยวกับอะตอมของผู้คน	103
อิเล็กตรอนที่ไม่เสถียร	104
แรงพื้นฐาน	105

จุดประสงค์ของโฮโมเซเปียนส์	106
ก่อนที่ลิงก์จะหายไป	107
อาดัมกับเอวา	108
ตัวเลขจินตภาพเป็นเรื่องยาก	109
การนับย้อนกลับ	110
ทุกคนเริ่มต้นด้วยศูนย์	111
คำถามเชิงจริยธรรม	112
ออล - ซิน - ทัน - คอส	113
พลังแห่งไฟ	115
กลางคืนและกลางวัน	116
เจตจำนงเสรีและผลลัพธ์สุดท้าย	117
ความน่าจะเป็นควอนตัม	118
ความเป็นมรรตัยและความเป็นอมตะ	119
สาวคลั่งแห่งทางแยก	120
อะตอมเทียบกับโมเลกุล	121
ให้เราหาทางออกใหม่	122

สถิติเฟอร์มี-เดียรัค 123

จิตใจไร้มนุษยธรรม	124
กระบวนการทางธุรกิจ	125
พักผ่อนอย่างสงบ (RIP)	126
วิญญาณเป็นจริงหรือจินตนาการ?	127
วิญญาณทั้งหมดเป็นส่วนหนึ่งของแพ็คเกจเดียวกันหรือไม่?	128
นิวเคลียส	129
เหนือกว่าฟิสิกส์	130
วิทยาศาสตร์กับศาสนา	131
ศาสนาและความหลากหลาย	132

อนาคตของวิทยาศาสตร์และพหุภพ	133
ผึ้ง	134
ผลลัพธ์เดียวกัน	135
บางสิ่งและไม่มีอะไรเลย	136
บทกวีที่ดีที่สุด	137
ทักทายเส้นผมของคุณ	138
มนุษย์ที่ไม่มั่นคง	139
ให้บทกวีเรียบง่ายเหมือนฟิสิกส์	140
แม็กซ์แพลงค์ผู้ยิ่งใหญ่	141
ความสำคัญของผู้สังเกตการณ์	142
เราไม่รู้	144
สิ่งที่เกิดขึ้นใหม่	145
อีเธอร์	146
ความเป็นอิสระไม่สัมบูรณ์	147
วิวัฒนาการที่ถูกบังคับจะเกิดอะไรขึ้น?	148
ตายเร็ว	**150**
การกำหนดความสุ่มและเจตจำนงเสรี	151
ปัญหา	152
ชีวิตต้องการอนุภาคขนาดเล็ก	154
ความเจ็บปวดและความสุข	155
ทฤษฎีฟิสิกส์	156
สิ่งที่เกิดขึ้นได้เกิดขึ้นแล้ว	157
ทำไมอารมณ์จึงสมมาตร?	158
ในความมืดมิดเรายังก้าวต่อไป	159
เกมแห่งการดำรงอยู่	160
การคัดเลือกโดยธรรมชาติและวิวัฒนาการ	162

ฟิสิกส์และรหัสดีเอ็นเอ	163
ความเป็นจริงคืออะไร?	165
กองกำลังฝ่ายตรงข้าม	167
การวัดเวลา	168
อย่าคัดลอกส่งวิทยานิพนธ์ของคุณเอง	170
จุดประสงค์ของชีวิตไม่ใช่เสาหิน	172
ต้นไม้มีวัตถุประสงค์หรือไม่?	174
เก่าจะยังคงมีค่าเสมอ	**176**
ความท้าทายสำหรับอนาคต	178
ความงามและสัมพัทธภาพ	180
สมดุลแบบไดนามิก	181
ไม่มีใครหยุดฉันได้	182
ฉันไม่เคยพยายามทำให้สมบูรณ์แบบแต่พยายามทำให้ดีขึ้น	183
พระอาจารย์	184
ความสมบูรณ์แบบลวงตา	185
ยึดมั่นในค่านิยมหลักของคุณ	186
สิ่งประดิษฐ์แห่งความตาย	187
ความมั่นใจในตนเอง	188
เรายังคงหยาบคาย	189
เหตุใดเราจึงกลายเป็นความโกลาหล?	190
จะมีชีวิตอยู่หรือไม่มีชีวิตอยู่?	191
ภาพขนาดใหญ่กว่า	192
ขยายขอบเขตของคุณ	193
ฉันรู้	195
อย่าค้นหาด้วยวัตถุประสงค์และเหตุผล	196
รักธรรมชาติ	197

เกิดฟรี	198
ช่วงชีวิตของเราดีเสมอ	200
ฉันไม่เสียใจ	201
ก่อนนอนและตื่นแต่เช้าตรู่	202
ชีวิตกลายเป็นเรื่องง่าย	203
การแสดงภาพการทำงานของคลื่น	204
แปดพันล้าน	206
ฉัน	207
ความสะดวกสบายทำให้มึนเมา	208
เจตจำนงเสรีและวัตถุประสงค์	209
สองประเภท	210
มาชื่นชมนักวิทยาศาสตร์กันเถอะ	211
ชีวิตที่เหนือกว่าน้ำและออกซิเจน	212
น้ำและดิน	213
ฟิสิกส์มีฮาร์โมนิกส์	214
วิทยาศาสตร์ในขอบเขตของธรรมชาติ	215
สมมติฐานและกฎหมายที่พัฒนาขึ้น	216
เกี่ยวกับผู้เขียน	218

แมวของเชรดิงเกอร์

เราอยู่ในกล่องดำที่ล้อมรอบด้วยอวกาศเวลาสสารและพลังงาน
ในขอบเขตของพื้นที่และเวลาเรากำลังยุ่งอยู่กับการแปลงเพื่อทำงานร่วมกัน
นอกจากนี้เรายังเปลี่ยนพลังงานให้เป็นสสารผ่านการสะสมของไขมันในร่างกาย
แต่ภายในขอบเขตของกล่องดำชีวิตของเราจะสิ้นสุดลงและทุกอย่างจะจบลง
ไม่มีใครรู้ว่าอะไรอยู่นอกเหนือกล่องดำในกาแล็กซีที่ไม่มีที่สิ้นสุดนี้
ไม่มีเทคโนโลยีในการตรวจสอบทางกายภาพสิ่งที่มีอยู่ในขอบของจักรวาล
ความลับที่อยู่นอกเหนือกล่องดำพลังที่ไม่รู้จักรักษาไว้
เราสามารถนำแมวของชโรดิงเกอร์ออกมาจากกล่องได้
ถึงอย่างนั้นการออกจากความขัดแย้งก็ไม่ใช่เรื่องง่ายและเรียบง่าย
เพื่อให้รู้ความจริงสูงสุดของชีวิตมนุษย์จะเผชิญกับปัญหาเสมอ

เอนโทรปีจะถูกฆ่า

เอนโทรปีแห่งจักรวาลเพิ่มขึ้นทุกวันฉันรู้สึกได้

แต่เราไม่มีเครื่องจักรหรือวิธีการที่จะทำให้เครื่องช้าลง

และเราไม่มีกฎฟิสิกส์ใดๆในการประดิษฐ์เครื่องจักรสำหรับการระเบิด

การรู้ความจริงเพียงอย่างเดียวไม่เพียงพอเราต้องการทางออก

ทุกวันต่อหน้าเราเกิดการทำลายล้างที่ไม่พึงประสงค์

เพื่อเพิ่มเอนโทรปีทุกเดือนประชากรมนุษย์เพิ่มขึ้น

กระบวนการที่ไม่สามารถย้อนกลับได้ของเอนโทรปีอาจกลายเป็นสูงสุดในไม่ช้า

มนุษยชาติและสัตว์สูงสุดจะถูกบังคับให้อพยพไปยังดวงจันทร์

อย่าหัวเราะเยาะคนรุ่นเก่าไม่ฉลาดพอหากไม่มีพลาสติก

อย่างน้อยปรากฏการณ์ของการเพิ่มเอนโทรปีก็ไม่ได้เป็นแบบชนบท

ความเป็นคู่ของสสารพลังงาน

สสารและพลังงานคู่เป็นเรื่องง่ายมาก
ทุกช่วงเวลาที่ดาวนับพันล้านดวงกำลังทำมัน
กาแล็กซีเกิดขึ้นเป็นเรื่องสำคัญ
และเรื่องของกาแล็กซีจะหายไปเป็นพลังงาน
แต่การสรุปของสสารและพลังงานทั้งหมดเป็นศูนย์
ในระหว่างนั้นปฏิสสารและพลังงานมืดเป็นฮีโร่ที่ไม่รู้จัก
ทุกช่วงเวลาที่เราเล่นกับสสารและพลังงาน
แต่ยังห่างไกลจากการคิดค้นเทคนิคง่ายๆ
ในขอบเขตของเวลาและพื้นที่การดำรงอยู่ของเรามีจำกัด
วันที่เราเรียนรู้เทคโนโลยีง่ายๆในการแปลงสสารและพลังงาน
อุปสรรคของเวลาและพื้นที่จะไม่คงอยู่อย่างไม่มีที่สิ้นสุด
พระเจ้าจะอยู่ในกล่องของ Schrödinger กับแมว
จักรวาลอาจถูกปกครองโดยหุ่นยนต์อัจฉริยะประดิษฐ์ที่เรียกว่าค้างคาวบินได้

จักรวาลคู่ขนาน

ศาสนากล่าวไว้ตั้งแต่อดีตเกี่ยวกับการดำรงอยู่ของจักรวาลคู่ขนาน ฟิสิกส์และชุมชนวิทยาศาสตร์บอกมันในจินตนาการและความโง่เขลา ในขณะที่ฟิสิกส์ลงไปลึกและไม่สามารถอธิบายปรากฏการณ์ทางธรรมชาติจำนวนมากได้

ตอนนี้พวกเขากำลังบอกว่าเพื่ออธิบายสิ่งเหล่านั้นจักรวาลคู่ขนานเป็นคำอธิบาย

แต่สำหรับความคิดเก่าแก่นับพันปีนักวิทยาศาสตร์จะไม่ให้การยอมรับฟิสิกส์อนุภาคฟิสิกส์ย่อยตัวเองเป็นความคิดทางปรัชญา

ได้รับการยืนยันโดยการทดลองทางวิทยาศาสตร์หลังจากผ่านไปหลายทศวรรษ

แต่ปรัชญาที่คล้ายกันอธิบายในรูปแบบภาษาที่แตกต่างกันพวกเขาปฏิเสธ นี่คือกลุ่มอาการการคิดแบบกล่องดำของชุมชนวิทยาศาสตร์

"สิ่งที่เราไม่รู้ไม่ใช่ความรู้" เป็นสิ่งที่วิทยาศาสตร์ยอมรับไม่ได้

เมื่อจักรวาลคู่ขนานได้รับการพิสูจน์แล้วสำหรับการตัดสินพวกเขาจะยังคงเงียบ

ความสำคัญของผู้สังเกตการณ์

เมื่อเราเปิดกล่องของ Schrödinger ในช่วงเวลาที่เหมาะสม

แมวที่อยู่ในกล่องอาจมีชีวิตหรือตายและเป็นเรื่องของความน่าจะเป็น

ไม่มีผู้สังเกตการณ์จากภายนอกคนใดสามารถคาดการณ์ได้อย่างมั่นใจและยืนยัน

แต่เมื่อเราสังเกตสถานการณ์มีแนวโน้มที่จะแตกต่างกัน

นั่นคือเหตุผลที่สำหรับขอบฟ้าเหตุการณ์ผู้สังเกตการณ์มีความสำคัญในการทดลองแบบ double-slit

อนุภาคจะมีพฤติกรรมแตกต่างกันเมื่อสังเกตเห็น

ทำไมมันถึงเกิดขึ้นกับอนุภาคที่พันกันไม่มีคำอธิบายในเรื่องนี้

ข้อมูลระหว่างอนุภาคที่พันกันเคลื่อนที่เร็วกว่าแสง

ดังนั้นในอนาคตการสื่อสารกับดาวเคราะห์นอกระบบและมนุษย์ต่างดาวจึงสดใส

ปัญญาประดิษฐ์

ไม่มีเครื่องสูบน้ำเหมือนหัวใจจำเป็นต้องสูบน้ำขึ้นไปด้านบนของต้นมะพร้าว
เครื่องไม่สามารถเก็บน้ำผึ้งจากดอกมัสตาร์ดเช่นผึ้งได้
จากพืชดินเดียวกันสามารถทำให้สิ่งที่หวานเปรี้ยวและขม
สำหรับปัญญาประดิษฐ์มันจะเป็นเกมที่แตกต่างกันในการเล่นในวงแหวนของธรรมชาติ
ถ้าทุกอย่างทำโดยหุ่นยนต์ด้วยปัญญาประดิษฐ์และพลังงานแสงอาทิตย์
ไม่มีจุดประสงค์หรือเหตุผลที่จะอยู่ในโลกมนุษย์ตลอดไป
นี่เป็นเวลาที่เหมาะสมสำหรับมนุษย์ที่จะเดินทางไปยังดาวเคราะห์และกาแล็กซีอื่นๆ
เราควรพยายามลงนามในรหัสพันธุกรรมใหม่สำหรับร่างกายอมตะ
ฉันไม่สนใจที่จะใช้ชีวิตอย่างไม่มีกำหนดภายใต้คอมพิวเตอร์อัจฉริยะ
ปล่อยให้ฉันตายด้วยความคิดอิสระในวันนี้แม้ว่าเวลาจะจำไม่ได้

อย่าละเมิดมิติเวลา

ในจักรวาลที่ไม่มีที่สิ้นสุดความเร็วของแสงช้าเกินไป

นี่อาจเป็นข้อควรระวังด้านความปลอดภัยในการปกป้องความเป็นปัจเจกบุคคลของดาวเคราะห์

เพื่อให้มนุษย์ต่างดาวและมนุษย์ไม่สามารถมีส่วนร่วมในสงครามบ่อยครั้ง

อารยธรรมอื่นๆอาจเฟื่องฟูในพันล้านปีแสงห่างจากดวงดาว

การเดินทางเร็วกว่าแสงอาจไม่ดีต่ออนาคตของโฮโมเซเปียนส์

อย่าให้เราทำลายวาล์วความปลอดภัยของความเร็วโดยไม่รู้ถึงผลที่ตามมา

อุโมงค์ในมิติของเวลาจะทำให้อารยธรรมกลับหัว

แม้แต่วัคซีนโควิด19
ที่เคยเผชิญกับไวรัสตอนนี้ก็สร้างความเสียหายต่อสุขภาพ

ชายหนุ่มสุขภาพดีกำลังจะตายโดยไม่มีเหตุผลจากฝูงแกะของเรา

ความรู้ครึ่งหนึ่งเลวร้ายยิ่งกว่าความไม่รู้หรือไม่มีความรู้เลย

ด้วยการรั่วไหลของความเร็วแสงและอุโมงค์ทันเวลาโฮโมเซเปียนส์อาจตกลงมา

กาลครั้งหนึ่งนานมาแล้ว

กาลครั้งหนึ่งนานมาแล้วผู้คนคิดว่าดวงอาทิตย์เคลื่อนไปรอบๆดวงอาทิตย์
มันจมลงในมหาสมุทรในตอนเย็นและออกมาอีกครั้งในตอนเช้า
ดวงอาทิตย์ต้องได้รับอนุญาตจากพระเจ้าทุกเช้าจึงจะออกมาได้
ช่างงมงายและไม่เป็นวิทยาศาสตร์ผู้คนในยุคดึกดำบรรพ์เหล่านั้น
เป็นเวลาหลายล้านปีที่ผู้คนไม่รู้ว่าจะสร้างระเบิดนิวเคลียร์
เป็นการดีที่พวกเขาสร้างพีระมิดอนุสาวรีย์และสุสานขนาดใหญ่
มิฉะนั้นเราคงไม่ถึงเวลาของอารยธรรมสมัยใหม่
ในยุคกลางอารยธรรมมนุษย์คงหลงลืมไปแล้ว
เมื่อเราได้รับการสอนเกี่ยวกับ Eather (aether) ซึ่งการแพร่กระจายของแสง
ตอนนี้นักวิทยาศาสตร์คิดว่ากลวงเกินไปเป็นสิ่งที่เรียกว่านักฟิสิกส์
วันนี้ไม่มีใครรู้บิ๊กแบง, รัฐที่มั่นคง, หลายข้อหรือทฤษฎีสตริง, ซึ่งถูกต้อง
แต่ด้วยทฤษฎีรัฐที่มั่นคงไม่มีจุดเริ่มต้นหรือจุดสิ้นสุดของจักรวาลศาสนาจึง
คับแคบ
ดาวเคราะห์ดาวฤกษ์และกาแล็กซีที่เกิดและตายเหมือนมนุษย์
สำหรับมนุษย์แล้วขนาดของเวลาและมิติที่แตกต่างกันเป็นอีกสิ่งหนึ่ง

สมการพระเจ้า

เราเป็นเพียงกองอะตอมเหมือนสสารที่มีชีวิตและไม่มีชีวิตอื่นๆหรือไม่?
หรือการรวมกันของอะตอมในร่างกายมนุษย์แตกต่างจากที่อื่นโดยสิ้นเชิง
เฉพาะการรวมกันของอะตอมที่แตกต่างกันเท่านั้นที่ไม่สามารถซึมซับสติสัมปชัญญะ
กับมนุษย์หุ่นยนต์และคอมพิวเตอร์ที่มีปัญญาประดิษฐ์มีความแตกต่างกัน
เมื่อเราได้รับแจ้งว่าอะตอมเป็นอนุภาคที่เล็กที่สุดที่มีอยู่
โปรตอนที่ให้ผลบวกนิวตรอนที่เป็นกลางและอิเล็กตรอนที่ให้ผลลบเป็นพื้นฐาน
เมื่อเราเจาะลึกลงไปเรื่อยๆเรารู้ว่านี่ไม่เป็นความจริง
อนุภาคพื้นฐานอาจเป็นโฟตอนโบซอนหรือเพียงแค่การสั่นของสตริง
นักวิทยาศาสตร์บางคนกำลังบอกว่าสสารอาจเป็นเพียงข้อมูลเท่านั้น
ที่รวมกันตามรหัสเพื่อให้การแสดงที่แตกต่างกัน
แต่เรื่องสติสัมปชัญญะและที่มาของสติสัมปชัญญะเราไม่มี
ให้เรามีความสุขกับการกินแอปเปิ้ลและไวน์ที่ทำจากแอปเปิ้ล
จนกว่านักวิทยาศาสตร์จะพบสมการพระเจ้าที่ซึ่งทุกอย่างจะพอดี

การโต้วาทีของนักปรัชญา

การโต้วาทีของนักปรัชญาไข่มาก่อนหรือนกมาก่อน

ตรรกะสำหรับทั้งสองฝ่ายมีความแข็งแกร่งและแข็งแกร่งเท่าเทียมกัน

ในกรณีที่มีสสารและพลังงานไม่มีการถกเถียงดังกล่าว

จากพลังงานจักรวาลได้กลายมาเป็นความจริง

พลังงานไม่สามารถสร้างหรือทำลายได้เป็นกระบวนทัศน์เก่า

แนวคิดเรื่องพลังงาน - สสารคู่เมื่อนานมาแล้วไอน์สไตน์บอก

สสารและคลื่นธรรมชาติของอนุภาคยังเผยออกมา

มีอนุภาคพื้นฐานหรืออนุภาคพื้นฐานมากเกินไป

เกี่ยวกับสุดยอดบล็อกการสร้างความคิดเห็นของจักรวาลนั้นแตกต่างกันเส
มอ

มันเป็นไปไม่ได้เลยที่จะขังผู้มีอำนาจทุกอย่างเหมือนแมวของชโรดิงเจอร์

จนกว่าเราจะขังแมวให้เรากินยิ้มรักและเดินเพื่อความตายที่ดีกว่า

ฉันจะเดินหน้าต่อไปเรื่อยๆ

จักรวาลกำลังขยายตัวแบบไม่หยุดนิ่ง
ฉันยังคงเดินหน้าต่อไปในการเดินทางของฉัน
บางครั้งแสงแดดบางครั้งฝนตก
บางครั้งฟ้าร้องและบางครั้งพายุ
แต่ฉันไม่เคยหยุดเดินหน้าต่อไปเรื่อยๆ
การเดินทางไม่ราบรื่นและง่ายดายเสมอไป
หนามที่ติดอยู่ในนิ้วเท้าของฉันฉันเอาตัวเองออก
ตรงที่ไม่มีสะพานข้ามแม่น้ำ
ฉันสร้างเรือของตัวเองและข้ามมันไป
แต่ผมไม่เคยหยุดเดินหน้าต่อไปเรื่อยๆ
บางครั้งในคืนที่มืดมิดที่สุดฉันก็หลงทาง
แต่หิ่งห้อยก็แสดงให้เห็นเส้นทางที่จะเดินต่อไป
บนถนนลื่นผมตกลงมาหลายครั้ง
ฉันลุกขึ้นยืนอย่างรวดเร็วและมองไปที่ดวงดาวที่กะพริบตา
แต่ฉันไม่เคยหยุดแต่เดินหน้าต่อไปและต่อไป
ไม่เคยพยายามวัดระยะทางที่ครอบคลุม
โดยไม่ต้องคำนวณกำไรและขาดทุนก้าวไปข้างหน้าเสมอ
ไม่มีความคาดหวังสำหรับการให้กำลังใจจากผู้พบเห็น
ไม่เคยเสียเวลากับคนที่หยุดนิ่งทำผิดพลาด
เมื่อนานมาแล้วฉันตระหนักว่าในชีวิตไม่มีอะไรถาวรการเดินทางคือรางวัล

การเล่นของพระเจ้าและฟิสิกส์

แรงโน้มถ่วงแม่เหล็กไฟฟ้าแรงนิวเคลียร์ที่แข็งแกร่งและอ่อนแอเป็นพื้นฐาน
นั่นคือเหตุผลว่าทำไมจักรวาลจึงเป็นแบบไดนามิกและไม่หยุดนิ่งหรือหยุดนิ่ง
สสารพลังงานพื้นที่และเวลาในสี่มิตินี้ครีเอเตอร์เล่น
ยังมีมิติที่ยังไม่ได้ค้นพบนักวิทยาศาสตร์กล่าวว่า
เหตุผลของการมีอยู่ของพลังงานมืดและพฤติกรรมยังไม่ทราบ
แม้ว่าสมองของมนุษย์จะเหมือนกันแต่จิตสำนึกของแต่ละคนแตกต่างกัน
เพื่อการดำรงอยู่ของจักรวาลและพระผู้เป็นเจ้าสติสัมปชัญญะเป็นสิ่งสำคัญ
การพัวพันทางควอนตัมไม่เป็นไปตามขีดจำกัดความเร็วสูงสุด
การเดินทางข้ามเวลาและการเดินทางไปยังกาแล็กซีอื่นใบอนุญาตการพัวพัน
เมื่อเราเจาะลึกลงไปเรื่อยๆก็จะมีคำถามมากขึ้นเรื่อยๆ
การเล่นระหว่างฟิสิกส์กับพระผู้เป็นเจ้าเป็นเรื่องสนุกและสนุกสนานจริงๆ

เมื่อมีเครื่องจักรที่เรียกว่าเทเล็กซ์

วันหนึ่งคนรุ่นใหม่จะสงสัยมี PCO สำหรับการโทร
แม้ว่าเราจะใช้เครื่องเทเล็กซ์และแฟกซ์แล้วแต่ตอนนี้เราประหลาดใจ
อินเทอร์เน็ตคาเฟ่เสียชีวิตลงต่อหน้าต่อตาเราโดยไม่มีการแจ้งให้ทราบล่วงหน้า
แต่คนจนที่มาขอทานหน้าร้านกาแฟก็ยังมีอยู่
กล่องเสียงขนาดใหญ่ของเครื่องเล่นเทปและซีดีตอนนี้ถูกทิ้งร้างในบ้าน
แต่กล่องเสียงและระบบที่อยู่สาธารณะทนต่อเวลา
แต่สำหรับการสื่อสารอินเทอร์เน็ตโซเชียลมีเดียเป็นสิ่งสำคัญ
เทคโนโลยีเป็นสิ่งที่ดีกว่าเสมอในวันพรุ่งนี้และเพื่อปรับปรุงชีวิต
แต่ไม่สามารถลดจำนวนการหย่าร้างระหว่างสามีและภรรยาได้
แม้ในจุดสูงสุดของอารยธรรมสมัยใหม่ความยากจนและความหิวโหยก็มีอยู่
ในหลายประเทศแนวคิดของคนจำนวนมากไม่มีเหตุผลและเหยียดเชื้อชาติ
ฟิสิกส์และเทคโนโลยีไม่มีคำตอบวิธีหยุดสงครามและอาชญากรรม
การพัฒนาเทคโนโลยีเพื่อโลกที่สงบสุขและการพัฒนาความเป็นพี่น้องเป็นสิ่งสำคัญ

จิตใจของฉัน

จิตใจของฉันไม่เคยยอมให้ฉันหึงหวง
จิตใจของฉันไม่เคยยอมให้ฉันเป็นคนใจกว้าง
ความโกรธและไม่เกลียดถ้วยชาของฉัน
ฉันอยู่ในที่เปลี่ยวใกล้ทะเลดีกว่า
สงบและเงียบฉันชอบเสมอ
แทนที่จะทะเลาะกันความเป็นพี่น้องจะดีกว่า
จากความรุนแรงฉันพยายามอยู่ห่างๆเสมอ
เพื่อความจริงและความซื่อสัตย์ฉันพร้อมที่จะจ่าย
คนทุจริตฉันพยายามที่จะเก็บไว้ที่ปาก
ฉันทุกข์ทรมานจากความวิตกกังวลและความตึงเครียดมากมาย
เพื่อปกป้องสิ่งแวดล้อมฉันไม่มีทางออก
สงครามและมลพิษทำให้ฉันรู้สึกหดหู่
สุขภาพจิตของมนุษยชาติอยู่ในความเสื่อมโทรม

หากพหุภพเป็นจริง

หากพหุภพและทฤษฎีเอกภพคู่ขนานเป็นจริง
จากนั้นสำหรับการดำรงอยู่ของมนุษย์ในโลกมีเบาะแส
อารยธรรมที่ทันสมัยที่สุดอาจใช้โลกเป็นคุก
มนุษย์เป็นสัตว์ที่โหดร้ายที่สุดนั้นอาจเป็นเหตุผล
องค์ประกอบที่ไม่ดีของอารยธรรมที่ดีถูกส่งไปยังโลก
อารยธรรมขั้นสูงจึงกำจัดรอยพับที่ไม่ดีและชั่วร้าย
มนุษย์ถูกทิ้งไว้ในโลกในป่ากับลิง
โดยไม่ต้องใช้เครื่องมือใดๆหรือจัดการกับมนุษย์ที่ไม่ดีเริ่มต้นชีวิตอีกครั้ง
หลังจากการเสียชีวิตของคนรุ่นแรกมีการแยกย่อยข้อมูลเก่า
ทารกแรกเกิดในโลกต้องเริ่มต้นปัญหาชีวิตของพวกเขา
แม้ว่าอารยธรรมจะเคลื่อนไหวและก้าวหน้าไปมาก
ด้วยดีเอ็นเอของคนไม่ดีและอาชญากรสังคมมนุษย์ยังคงเน่าเปื่อย
อารยธรรมขั้นสูงจะไม่ยอมให้มนุษย์เข้าถึงพวกเขา
พวกเขารู้ดีเอ็นเอที่ไม่ดีของบรรพบุรุษเก่าจะพยายามทำลายหางเสือของพวกเขาอีกครั้ง

แรงเสียดทาน

น้อยมากที่รู้ว่าค่าสัมประสิทธิ์ของแรงเสียดทานคือ mew

หากไม่มีแรงเสียดทานในโลกนี้สิ่งมีชีวิตจะไม่สามารถต่ออายุได้

การสร้างชีวิตเริ่มต้นจากแรงเสียดทานของอวัยวะเพศชายและอวัยวะเพศหญิง

ผ่านแรงเสียดทานทารกแรกเกิดมาพร้อมกับคำขวัญร้องไห้

หากไม่มีแรงเสียดทานไฟจะไม่สามารถแสดงเปลวไฟได้

ไฟเปลี่ยนเกมอารยธรรมมนุษย์ทั้งหมด

ล้อไม่สามารถเคลื่อนที่ไปข้างหน้าได้โดยไม่มีแรงเสียดทาน

เพื่อหยุดรถที่เคลื่อนที่เร็วของคุณแรงเสียดทานเป็นแหล่งสำคัญ

หากไม่มีแรงเสียดทานจัมโบ้เจ็ทของคุณจะไม่หยุดที่รันเวย์

บินขึ้นจากเครื่องบินขับไล่เพื่อทิ้งระเบิดเมืองจะอยู่ไกลออกไป

แรงเสียดทานของจิตใจนำไปสู่การสร้างมหากาพย์มากมาย

เช่นเดียวกับแรงโน้มถ่วงแรงเสียดทานยังเป็นแรงพื้นฐานตามธรรมชาติ

แรงเสียดทานของอัตตาเป็นอันตรายและนำไปสู่สงครามครั้งใหญ่

ที่สามารถนำอารยธรรมของมนุษย์ไปสู่อันตรายครั้งใหญ่

แรงเสียดทานนั้นดีและไม่ดีขึ้นอยู่กับการใช้งาน

หากปราศจากแรงเสียดทานสิ่งมีชีวิตในโลกจะสูญพันธุ์โลกที่ไม่มีใครสามารถใช้ได้

สิ่งที่เรารู้ไม่มีอะไรเลย

สิ่งที่ฟิสิกส์รู้คือยอดภูเขาน้ำแข็งเท่านั้น
สิ่งที่ฟิสิกส์ไม่รู้คือฟิสิกส์ที่แท้จริง
พลังงานมืดและสสารมืดควบคุมพลวัตที่แท้จริง
สิ่งที่เรารู้เกี่ยวกับสสารพลังงานและเวลาเป็นเพียงพื้นฐาน
ขอบเขตของจักรวาลไม่เป็นที่รู้จักและลวงตา
ไม่ทราบว่าปฏิสสารและเอกภพคู่ขนานเป็นจริงหรือไม่
เมื่อหลายพันปีก่อนแนวคิดของพหุภพได้ถูกทำลายลง
ก่อนหน้าบิ๊กแบงก็มีกาแล็กซี่ด้วยตอนนี้เรารู้แล้วว่า
ความก้าวหน้าของฟิสิกส์เป็นไปอย่างรวดเร็วมากแต่ในขอบเขตของเวลาช้า
จักรวาลกำลังขยายตัวในอัตราที่เร็วกว่าความรู้ของเรา
เรารู้น้อยมากเกี่ยวกับจักรวาลและความกว้างใหญ่ของมันเราต้องยอมรับ

วันแห่งความจริงที่ดีกำลังจะมาถึง

เมื่อใดที่เราจะสามารถเดินทางได้เร็วกว่าแสง
อนาคตของอารยธรรมมนุษย์จะสดใส
จากดาวเคราะห์ที่ห่างไกลออกไปหลายพันล้านปีแสง
สิ่งผิดปกติที่เกิดขึ้นในอดีตเราสามารถพูดได้อย่างง่ายดาย
เรื่องราวที่แท้จริงของพระพุทธเจ้าพระเยซูมูฮัมหมัดจะถูกเปิดเผย
ไม่มีสิ่งใดที่เป็นเท็จในตำราศาสนาจะมีผลเหนือกว่า
เส้นทางสู่ความจริงในอนาคตจะมั่นคงและการโกหกจะไม่คงอยู่
เส้นทางแห่งความจริงความไว้วางใจและความมุ่งมั่นผู้คนจะรักษา
ผู้ไม่หวังดีและอาชญากรรัฐบาลโลกจะควบคุมตัว
พวกเขาจะถูกเนรเทศไปยังคุกที่อยู่ห่างออกไปหลายพันล้านปีแสง

การสร้างความแตกต่างและการบูรณาการ

เมื่อเราแยกแยะความแตกต่างของมนุษย์ไปเรื่อยๆ
ในที่สุดเราก็ได้ลิงกินผลไม้บนต้นไม้
แต่เมื่อเรารวมมนุษย์ดึกดำบรรพ์เข้าด้วยกัน
ในที่สุดเราก็ได้พระพุทธเจ้าพระเยซูและไอน์สไตน์
ดังนั้นการบูรณาการจึงมีความสำคัญมากกว่าการสร้างความแตกต่าง
การบูรณาการเป็นเส้นทางสู่การค้นหาความจริงและการแก้ปัญหา
การสร้างความแตกต่างคือการเคลื่อนที่ถอยหลังแล้วทำลาย
ยีนของมนุษย์รู้เกี่ยวกับการคัดเลือกตามธรรมชาติของสิ่งที่เหมาะสมที่สุด
แต่เพื่ออำนาจสูงสุดและเพื่อชนะในทางที่ผิดธรรมชาติพวกเขากลายเป็นคนที่โหดร้ายที่สุด
การจัดการธรรมชาติผ่านกระบวนการที่ผิดธรรมชาติไม่มีจริยธรรม
เพื่อความยั่งยืนในระยะยาวการเร่งกระบวนการทางธรรมชาติเป็นเรื่องแปลก

อินทรีในความอดอยาก

อาณาจักรสัตว์กำลังทุกข์ทรมานเพราะความฉลาดของมนุษย์
ปัญญาประดิษฐ์สามารถบูมเมอแรงและสร้างแฟรงเกนสไตน์
มนุษย์สามารถเป็นทาสของการสร้างตัวเองเพื่อแสวงหาชีวิตที่ดีกว่า
หุ่นยนต์ที่มีปัญญาประดิษฐ์สามารถกลายเป็นมีดอันตรายได้
มนุษย์คนไหนจะมีชีวิตอยู่สามร้อยปีเหมือนเต่า?
จะมีการทำลายธรรมชาติและเสียงที่ไม่พึงประสงค์มากขึ้น
เพียงแค่การกินและเวลาที่ผ่านไปในโลกเสมือนจริงดิจิตอลก็ไม่มีความหมาย
ดีกว่าที่จะตายและใช้ชีวิตเป็นข้อมูลดิจิทัลในเน็ตเป็นสัญญาณ
หากอารยธรรมล่วงหน้าบางอย่างจับสัญญาณและถอดรหัส
สำหรับการวิจัยและพัฒนาของพวกเขาข้อมูลสมองของเราอาจพอดีกับ
พันธุวิศวกรรมอาจเป็นอันตรายเซ่นเดียวกับปัญญาประดิษฐ์
ภัยพิบัติครั้งใหญ่กว่าโควิด 19
สามารถกวาดล้างมนุษย์ได้เนื่องจากความประมาทเลินเล่อเล็กน้อย
แต่สมองและจิตใจของมนุษย์จะไม่หยุดนิ่งหากไม่เผชิญกับสถานการณ์
สมองของมนุษย์มักจะบินเหมือนนกอินทรีในความอดอยาก

เมื่อเราโตขึ้น

ในการเดินทางของชีวิตเมื่อเราโตขึ้นและแก่ขึ้น
จำเป็นต้องลบหลายสิ่งหลายอย่างออกจากโฟลเดอร์ชีวิต
การเดินทางของชีวิตเป็นครูที่ดีที่สุดและทำให้เราฉลาดขึ้น
แต่การแบกของที่ไม่จำเป็นไหล่ของเราจะอ่อนแอลง
ข้อมูลที่ผ่านมาส่วนใหญ่ไม่มีค่า
ดังนั้นดีกว่าที่จะลบและรีเฟรชจิตใจ
ในสถานการณ์ที่เปลี่ยนไปสิ่งใหม่ๆที่เราต้องค้นหา
แทนที่จะวิพากษ์วิจารณ์ต่อประชาชนเราควรมีน้ำใจ
ทุกวันที่เรากำลังก้าวไปสู่ความตายคือความจริง
การเสียเวลาและพลังงานในข้อพิพาทเป็นเพียงความไร้ประโยชน์
ผ่านประสบการณ์หากเราไม่ได้เรียนรู้ภูมิปัญญา
ในช่วงเวลาแห่งความตายเราจะออกจากอาณาจักรที่แห้งแล้ง
เร็วขึ้นเราตระหนักถึงความเป็นจริงของชีวิตและความไม่แน่นอนของการเดินทาง
เราสามารถหลีกเลี่ยงการทะเลาะวิวาทและความกังวลที่ไม่จำเป็นของทัวร์นาเมนต์ได้
รอยยิ้มและความอดทนมีความสำคัญมากขึ้นเมื่อเราแก่ตัวลง
ความเป็นไปได้ใหม่ๆมากมายรอยยิ้มสามารถเผยออกมาได้อย่างง่ายดาย
มิฉะนั้นเรื่องราวของเราจะถูกลืมเลือนและยังคงไม่ถูกเล่าขาน
คนแก่และฉลาดทุกคนตระหนักดีว่าไม่มีอดีตและอนาคต
ผู้ที่รู้ตัวเร็วๆนี้สามารถหลีกเลี่ยงการทรมานที่ไม่พึงประสงค์ในชีวิตได้

ลืมการแบ่งแยกที่มนุษย์สร้างขึ้น

ไม่ว่าเราจะอาศัยอยู่ในดาวเคราะห์ที่โดดเดี่ยวหรือในพหุภพเป็นสิ่งที่ไม่สำคัญ
ในหลายพันล้านปีที่ผ่านมาชีวิตเกิดขึ้นในโลกนี้และเจริญรุ่งเรือง
อารยธรรมมาและอารยธรรมหายไปสำหรับความผิดพลาดของตัวเอง
แต่ตอนนี้เนื่องจากภาวะโลกร้อนทำให้โลกทั้งใบตกอยู่ในความทุกข์
เว้นแต่ว่าสัตว์สูงสุดจะรู้ตัวในไม่ช้าทุกอย่างจะพังทลายลง
แม้ว่าวันเวลาและหายนะที่แน่นอนจะไม่มีใครสามารถคาดการณ์ได้
ถ้าเราไม่รู้สึกจากใจและลงมือทำไม่ช้าก็เร็วจะหายนะ
ควบคู่ไปกับการค้นหาดาวเคราะห์ที่หลากหลายการดับไฟป่าเป็นสิ่งสำคัญ
หากการล่มสลายของสิ่งแวดล้อมเคลื่อนที่อย่างรวดเร็วเทคโนโลยีจะไร้สมรรถภาพ
เมื่อมองไปไกลสุดขอบฟ้ามนุษยชาติไม่ควรสูญเสียการมองเห็นที่ใกล้ที่สุด
เพื่อปกป้องโลกให้ทำงานเชิงรุกและลืมแผนกที่มนุษย์สร้างขึ้น

คลาวด์คอมพิวติ้งทำให้เขามองไม่เห็น

คลาวด์คอมพิวติ้งโดยควอนตัมคอมพิวเตอร์
แต่จัดส่งโดยซัพพลายเออร์ในพื้นที่เดียวกัน
เขามาพร้อมกับรถตู้เก่าที่มีสภาพทรุดโทรม
การรับสื่อแบบเติมเงินจากพอร์ทัลทำให้เรารู้สึกสนุก
ก่อนหน้านี้เราเคยโทรหาเขาผ่านโทรศัพท์ของเราที่ไม่ฉลาด
เมื่อเราสั่งเขาด้วยอรุณสวัสดิ์และรอยยิ้มเขาจะเริ่ม
เขาใช้ปากกาและดินสอเขียนรายการสิ่งของ
ความสับสนใดๆเขาโทรกลับเพื่อขอให้แก้ไขทันที
ตอนนี้เขาเป็นเพียงตัวแทนการจัดการและการจัดส่งของบริษัทคลาวด์
กับลูกค้าของเขาเขาสูญเสียการสื่อสารและความสามัคคี
เทคโนโลยีทำให้เขาเป็นเพียงเครื่องส่งมอบที่เหมือนหุ่นยนต์
สำหรับลูกค้าเก่าและผู้มาเยือนของเขาเขาเป็นเพียงลิงก์ที่มองไม่เห็นเท่านั้น

เราเป็นเสมือนจริง

ฟังดูดีนะเราไม่ใช่ของจริงแต่เป็นของเสมือนจริง
สิ่งที่เราเห็นรู้สึกและได้ยินทั้งหมดเป็นโฮโลแกรมสามมิติ
เฉพาะข้อมูลและข้อมูลจะถูกเก็บไว้ในเมล็ดและสเปิร์ม
ทุกอย่างถูกโปรแกรมโดยอนุภาคควอนตัมสำหรับคำศัพท์
ประสาทสัมผัสของเราไม่ได้ถูกตั้งโปรแกรมให้มองเห็นโปรตอนนิวตรอนหรืออิเล็กตรอน
และอวัยวะของเราไม่ได้รับการตั้งโปรแกรมให้มองเห็นอากาศแบคทีเรียและไวรัส
สิ่งที่เราไม่รู้สึกผ่านอวัยวะของเรามีอยู่จริงแต่เสมือนจริง
ในจักรวาลที่ไม่มีที่สิ้นสุดเรายังไม่ใช่ของจริงแต่เป็นเสมือนจริงสำหรับผู้อื่น
โฮโลแกรมถูกตั้งโปรแกรมอย่างสมบูรณ์แบบจนเราคิดว่าเราเป็นของจริง
นอกจากนี้เรายังรู้สึกว่าเมื่อเราเล่นเกมเสมือนกับผู้เล่นที่ไม่รู้จัก
ความเป็นจริงเสมือนในชีวิตของเราคือความเป็นจริงที่แท้จริงสำหรับเรา
สติปัญญาที่จำกัดในโฮโลแกรมมีความแม่นยำ
มันจะใช้เวลาหลายพันล้านปีสำหรับความฉลาดของมนุษย์ในการเปิดเผยจักรวาล
เมื่อถึงเวลานั้นจักรวาลอาจเริ่มต้นการเดินทางย้อนกลับ

จิตสำนึกแห่งชีวิต

จิตสำนึกของชีวิตคือการรวมกันของดีเอ็นเอการศึกษาความเชื่อและประสบการณ์

จิตสำนึกของมนุษย์ทำให้มนุษย์มีสติปัญญาและความอยากรู้อยากเห็นสูงขึ้น

อาณาจักรสัตว์ติดอยู่ในระดับสติปัญญาและกิจกรรมเดียวกันเพื่อความอยู่รอด

เพื่อช่วยสัตว์จากโรคโดยแบคทีเรียและไวรัสมีกิจกรรมของมนุษย์

สัตว์มีความเสี่ยงต่อกระบวนการตามธรรมชาติของโรคและความตายมากขึ้น

สายพันธุ์สัตว์จะอยู่รอดได้ด้วยภูมิคุ้มกันตามธรรมชาติและการเพิ่มจำนวนเท่านั้น

เมื่อสูญพันธุ์ไปจากโลกแล้วจะไม่มีสิ่งมีชีวิตใดฟื้นคืนชีพขึ้นมาโดยอัตโนมัติ

ไม่มีใครรู้วิธีและเหตุผลที่มนุษย์มีจิตสำนึกที่สูงขึ้น

การศึกษาการฝึกอบรมและความอยากรู้อยากเห็นทำให้อารยธรรมของมนุษย์ก้าวหน้า

มดและผึ้งยังคงเหมือนเดิมเมื่อห้าพันปีก่อน

แม้ว่าระเบียบวินัยการอุทิศตนและความซื่อสัตย์ทางสังคมของพวกเขามนุษย์พยายามที่จะปฏิบัติตาม

จิตสำนึกของทุกสิ่งมีชีวิตแตกต่างและไม่เหมือนใคร

ความหลากหลายของสิ่งมีชีวิตนี้อาจถูกรวมเข้าด้วยกันผ่านการพัวพันทางควอนตัม

ศาสนาเชื่อว่าทุกอย่างพัวพันกับพระผู้เป็นเจ้า

ในการยอมรับการพัวพันเป็นส่วนหนึ่งของสติสัมปชัญญะวิทยาศาสตร์ไม่ได้อยู่ในอารมณ์

แมวออกมามีชีวิต

แมวออกมาจากกล่องทั้งเป็นและแข็งแรง
นักวิทยาศาสตร์ที่อยู่ในเหตุการณ์ปรบมืออย่างต่อเนื่อง
เมื่อเห็นคนปรบมือมากเกินไปแมวก็หายไปทันที
ครึ่งชีวิตของแมวและสารกัมมันตรังสีช่วยชีวิตแมว
หลักการความไม่แน่นอนที่ใช้ในการช่วยชีวิตใครๆก็สามารถเดิมพันได้
โอกาสที่พระผู้เป็นเจ้าจะทรงช่วยชีวิตแมวคือห้าสิบห้าสิบ
ตัวมันเองก็เป็นหลักการความไม่แน่นอนของไฮเซนเบิร์กเช่นกัน
แม้ว่าสตีเฟนฮอว์คิงกล่าวว่าพระผู้เป็นเจ้าอาจไม่มีบทบาทในการสร้างโลก
แต่สำหรับความไม่แน่นอนของชีวิตและเหตุการณ์การปรากฏตัวของพระผู้เป็นเจ้าจิตใจมนุษย์เผยออกมา
เว้นแต่เราจะขังแมวไว้และทำนายอนาคตของมันได้อย่างสมบูรณ์แบบ
วิทยาศาสตร์จะไม่สามารถกักขังพระเจ้าและความไม่แน่นอนของธรรมชาติได้

สิ่งกีดขวางขนาดใหญ่

การโฟกัสเป็นสัญชาตญาณพื้นฐานสำหรับการอยู่รอด
นักล่าไม่สามารถฆ่าคำอธิษฐานของเขาได้หากไม่มีสมาธิ
คริกเกอร์โฟกัสไปที่ลูกบอลและไม้ตี
นักฟุตบอลจดจ่ออยู่กับลูกบอลและตาข่าย
ในชีวิตประจำวันการโฟกัสไม่ใช่งานที่ยาก
ผู้ที่เชี่ยวชาญด้านศิลปะก้าวหน้าอย่างรวดเร็ว
เด็กหนุ่มสามารถมุ่งเน้นไปที่สาวสวยได้อย่างง่ายดาย
แต่พบว่าเป็นเรื่องยากที่จะหาสมการเชิงอนุพันธ์
ในการทำความเชี่ยวชาญด้านคณิตศาสตร์การมุ่งเน้นคือคำตอบ
โฟกัสสามารถรวมแสงแดดเพื่อจุดไฟบนกระดาษ
การฝึกฝนทำให้การโฟกัสสมบูรณ์แบบและผลลัพธ์ที่ได้อย่างชาญฉลาดยิ่งขึ้น
ในชีวิตการไม่มีสมาธิและจดจ่อเป็นอุปสรรคใหญ่

ชีวิตไม่ใช่เตียงของดอกกุหลาบแต่มีแสงแดด

เราฝันหวังและคาดหวังว่าชีวิตจะเป็นเตียงกุหลาบ
ถนนที่เราเดินต่อไปควรเรียบและสีทอง
แต่ความเป็นจริงนั้นแตกต่างอย่างสิ้นเชิงซับซ้อนและลวงตา
การดำรงอยู่ของเราเป็นเพราะความไม่เสถียรของอะตอม
เพื่อให้กลายเป็นโมเลกุลทุกช่วงเวลาที่พวกมันรวมกัน
ความไม่แน่นอนเป็นส่วนหนึ่งของชีวิตเราในทุกการเดิน
เตียงกุหลาบเป็นไปได้เฉพาะในเทพนิยายเท่านั้น
ชีวิตของเราถูกบังคับให้เดินบนถนนที่เป็นหลุมเป็นบ่อ
แสงสีแดงอาจเติบโตในเวลาที่ไม่เหมาะสมที่สุด
หากเราพยายามเร่งรีบกองกำลังที่ไม่รู้จักจะปรับ
แม้ในความไม่แน่นอนของชีวิตก็ยังมีแสงแดด
การเดินทางของชีวิตเต็มไปด้วยโอกาสความสำเร็จความสามารถของคุณเป็นตัวกำหนด

สัตว์สูงสุด

ชีวิตในจักรวาลคู่ขนานจะเป็นอย่างไรเป็นคำถามสำคัญ

เว้นแต่มนุษย์จะสามารถเทเลพอร์ตได้ไม่มีทางออกที่สมบูรณ์แบบ

จนถึงตอนนี้เราไม่พบตำแหน่งที่แน่นอนของเที่ยวบินมาเลเซียที่หายไป

การบอกเกี่ยวกับรูปแบบชีวิตที่แน่นอนโดยไม่ต้องไปที่ดาวเคราะห์นอกระบบนั้นไม่ถูกต้อง

สิ่งที่นักวิทยาศาสตร์กล่าวจะยังคงเป็นการสะกดจิตจนกว่าเราจะไปเยี่ยมพวกเขา

ในชีวิตของพวกเขาและการปกครองสิ่งต่างๆทางกายภาพอาจมีขอบเขตที่แตกต่างกัน

แน่นอนว่าพวกเขาอาจไม่ได้เดินอยู่บนหัวและกินผ่านรูตูด

แต่ถ้าไม่สังเกตจากระยะใกล้ความเป็นจริงจะไม่มีวันเผยออกมา

สิ่งมีชีวิตชั้นสูงของจักรวาลคู่ขนานอาจอาศัยอยู่ภายใต้ของเหลวบางชนิด

สิ่งมีชีวิตเงือกของเรื่องราวเด็กๆอาจปกครองอยู่ที่นั่น

โอกาสที่จะรู้ทุกอย่างจากโลกผ่านสัญญาณหายาก

เว้นแต่เราจะสำรวจทุกซอกทุกมุมของจักรวาลที่ไม่มีที่สิ้นสุด

การอ้างสิทธิ์ในมนุษย์ผู้ปกครองจักรวาลเป็นสมมติฐานเช่นมอส

โอ เคมีวิทยา ที่รัก

จักรวาลถูกถักทออย่างสวยงามและสมบูรณ์แบบ
ชีวิตและความตายเป็นส่วนหนึ่งของวัฏจักรที่สวยงามของมัน
อย่าทำให้มนุษย์เป็นอมตะด้วยพันธุวิศวกรรม
มนุษย์ได้ทำลายสมดุลของระบบนิเวศของโลกไปแล้ว
ความหลากหลายทางชีวภาพในสิ่งมีชีวิตเป็นส่วนที่แยกออกจากกันไม่ได้
ผ่านไปหลายพันล้านปีและวิวัฒนาการช้ามาก
ผ่านการสูญพันธุ์ของไดโนเสาร์และอื่นๆอีกมากมาย
ตอนนี้ชีวิตมนุษย์กำลังเฟื่องฟูในโลกที่โดดเดี่ยว
ก่อนที่จะเป็นอมตะผ่านพันธุกรรมและปัญญาประดิษฐ์
การรักษาโรคมะเร็งและโรคทางพันธุกรรมมีความสำคัญมากกว่า
เมื่อหลายพันปีก่อนปราชญ์ได้ลองความเป็นอมตะ
แต่ก็ล้มเลิกความพยายามตระหนักถึงอันตรายและความไร้ประโยชน์
หากมนุษย์กลายเป็นอมตะจะเกิดอะไรขึ้นกับชีวิตอื่น
การบาดเจ็บป่อยครั้งในการเสียชีวิตของสัตว์เลี้ยงจะเจ็บปวดไม่แพ้กัน
ในระยะยาวโดยไม่เปลี่ยนใจความเป็นอมตะจะเป็นอันตราย

อารมณ์มนุษย์และฟิสิกส์ควอนตัม

ความรักและศรัทธาไม่ได้เป็นไปตามตรรกะ
สำหรับชีวิตมนุษย์ทั้งสองเป็นพื้นฐาน
ในชีวิตของเรามีความสำคัญมากคือดนตรี
ประสาทสัมผัสที่ผ่านเข้ามาในยีนเป็นสิ่งที่อยู่ภายใน
แต่สำหรับชีวิตการรวมกันของอะตอมเป็นสารอินทรีย์
อนุภาคพื้นฐานจริงๆแล้วเป็นพื้นฐานที่ถกเถียงกันได้
ทฤษฎีสตริงบอกว่าการสั่นสะเทือนเป็นรูปแบบในความเป็นจริง
การพัวพันของควอนตัมเป็นสิ่งที่น่ากลัวจริงๆ
ความเป็นไปได้ใหม่ๆในขณะนี้กลศาสตร์ควอนตัมนำมาซึ่ง
แต่อารมณ์และสติสัมปชัญญะของมนุษย์แตกต่างกันที่เราร้องเพลง

จะเกิดอะไรขึ้นกับความคิดริเริ่มและจิตสำนึก?

ในโลกนี้ฉันอาจไม่มีวัตถุประสงค์หรือเหตุผลใดๆ
ฉันอาจใช้ชีวิตจำลองในคุกเสมือนจริง
แต่ฉันมีจิตสำนึกและความคิดริเริ่มของตัวเอง
ปัญญาประดิษฐ์ได้ละเมิดกระบวนการคิดของฉันแล้ว
ในความคิดริเริ่มของฉันมีความซบเซาและรกร้าง
ถ้าสติปัญญาและจิตสำนึกของฉันกลายเป็นผู้ใต้บังคับบัญชา
ฉันจะสูญเสียตำแหน่งของฉันอย่างแน่นอนในฐานะการประสานงานที่มีสติ
เบื่อหน่ายแล้วกับการอยู่ในโลกที่ไร้เป้าหมายและไร้ทิศทาง
ไม่มีวิทยาศาสตร์หรือปรัชญาใดที่สามารถอธิบายได้ว่าเหตุใดเราจึงมาเพื่อจุดประสงค์ใด
วิสัยทัศน์พันธกิจและวัตถุประสงค์ตามอำเภอใจเราต้องสมมติว่า
ด้วยปัญญาประดิษฐ์และความเป็นอมตะสิ่งเหล่านี้จะไร้ประโยชน์เช่นกัน
ไม่รู้ว่านิยามของชีวิตจะเป็นอย่างไรเมื่อชีวิตไม่ได้เปราะบาง

เมื่อการขยายตัวของจักรวาลสิ้นสุดลง

การขยายตัวของจักรวาลจะดำเนินต่อไปอย่างไม่มีที่สิ้นสุดหรือไม่?
หรือวันหนึ่งมันจะหยุดขยายตัวอีกต่อไปอย่างกระทันหัน
เวลาจะสูญเสียการเคลื่อนที่ไปข้างหน้าและหยุดนิ่ง
หรือเพราะแรงผลักดันจะเริ่มย้อนกลับไปในทิศทางตรงกันข้าม
สิ่งมีชีวิตบนโลกใบนี้จะตลกแค่ไหนสำหรับมนุษย์
ผู้คนจะเกิดมาเป็นชายชราในบริเวณที่เผาศพ
จากกองไฟพวกเขาจะได้รับการต้อนรับจากครอบครัวและเพื่อนๆ
แทนที่จะเป็นสถานที่แห่งความเศร้าโศกสุสานจะเป็นสถานที่แห่งการเฉลิมฉลอง
คนชราอย่างช้าๆจะอายุน้อยลงและอายุน้อยลง
อีกครั้งในวันหนึ่งพวกมันจะกลายเป็นอสุจิและในครรภ์มารดาจะหายไปตลอดกาล
ดาวเคราะห์และดาวฤกษ์ทั้งหมดจะรวมกันเป็นเอกพจน์อีกครั้ง
แต่จะไม่มีฟิสิกส์และเวลาที่จะอธิบาย nitty-gritty ทั้งหมด

การวิศวกรรมใหม่

ธรรมชาติทำวิศวกรรมอย่างต่อเนื่องและวิศวกรรมใหม่
นี่เป็นกระบวนการสร้างตัวและธรรมชาติ
แม้แต่ในกระบวนการวิวัฒนาการสำหรับสายพันธุ์ที่ดีกว่าก็มีความสำคัญอย่างยิ่ง
หากไม่มีวิศวกรรมใหม่ผลิตภัณฑ์ที่ดีที่สุดจะมาไม่ได้
ดังนั้นเพื่อความก้าวหน้าและการพัฒนาที่ดีที่สุดวิศวกรรมใหม่จะต้อง
สมองของมนุษย์ยังทำวิศวกรรมใหม่อย่างต่อเนื่องในกระบวนการคิด
เราเรียนรู้เรียนรู้และเรียนรู้ใหม่อีกครั้งเมื่อความจริงได้รับการยอมรับ
จนกว่าเราจะผลิตสิ่งที่ดีที่สุดหรือพบความจริงวิศวกรรมใหม่จะยังคงดำเนินต่อไป
ด้วยวิธีนี้ธรรมชาติจึงบรรลุสมดุลแบบไดนามิกที่ดีที่สุด
การปรับวิศวกรรมใหม่และวิวัฒนาการมีความต่อเนื่องเหมือนลูกตุ้ม

ฮิกส์โบซอนเทพอนุภาค

เมื่อถูกค้นพบฮิกส์โบซอนทำให้ชุมชนนักวิทยาศาสตร์ตื่นเต้นมากเกินไป
แต่ในโลกนี้พระเจ้าและผู้ส่งสารของพระองค์ยังคงเป็นเช่นนั้น
ในพระผู้เป็นเจ้าและศาสดาพยากรณ์ผู้คนยังคงเชื่อและไว้วางใจอย่างไม่มีที่สิ้นสุด
อนุภาคพื้นฐานอยู่ในตำแหน่งของพวกมันตั้งแต่เริ่มต้น
ดังนั้นสำหรับผู้ศรัทธาโดยไม่คำนึงถึงการค้นพบฮิกส์โบซอนทุกอย่างก็เหมือนกัน
สำหรับสงครามโลกและการทิ้งระเบิดนางาซากิผู้เชื่อคิดว่ามันเป็นเกมนิรันดร์ของพระผู้เป็นเจ้า
ผู้ปฏิเสธจะโต้แย้งโดยไม่คำนึงถึงพระเจ้าหรือไม่มีพระเจ้าระเบิดจะสร้างเปลวไฟ
สำหรับสงครามโลกและการทำลายล้างอัตตาและทัศนคติของมนุษย์คือการตำหนิ
ผู้ศรัทธาได้ถวายพระนามมากมายแด่พระผู้เป็นเจ้าในส่วนต่างๆของโลก
แต่ฮิกส์โบซอนมีเพียงชื่อเดียวที่นักวิทยาศาสตร์เผยออกมา

ชายชรากับความผูกพันเชิงควอนตัม

ขอบคุณอนุภาคพระเจ้ามันเป็นปลาไม่ใช่จระเข้หรือก็อตซิลล่าหรืออนาคอนด้า

มันจะเป็นไปได้ตามความน่าจะเป็นและการพัวพันของควอนตัม

หลักการความไม่แน่นอนจะทำให้ชายชราตกอยู่ในท้อง

เรือของเขามีขนาดเล็กและเปราะบางเกินไปสำหรับการอยู่รอดของเขาในความไม่แน่นอน

นวนิยายของเฮมมิงเวย์ได้รับรางวัลเนื่องจากเป็นปลาและความคิดสร้างสรรค์ของเขา

แต่ความไม่แน่นอนและความพัวพันทางควอนตัมก็ผลักผู้ชนะรางวัลไปสู่ความตาย

แม้หลังจากการค้นพบอนุภาคพระเจ้าในโลกนี้ความตายคือความจริงสูงสุด

อารยธรรมหลายแห่งหลงลืมไปโดยไม่รู้แม้กระทั่งแรงโน้มถ่วงและสัมพัทธภาพ

ตอนนี้ผู้คนกำลังใช้แกดเจ็ตควอนตัมโดยไม่รู้ว่ามีส่วนเกี่ยวข้อง

ระดับความรู้การรู้และไม่รู้คือความแตกต่างระหว่างอารยธรรม

ความรู้ครึ่งหนึ่งและความฉลาดทางชีวภาพยังสามารถนำเผ่าพันธุ์มนุษย์ไปสู่การทำลายล้าง

ผู้คนจะทำอะไร?

มนุษย์โฮโมเซเปียมากกว่าแปดพันล้านคนจำเป็นต้องมีในโลกหรือไม่?
ประเทศโลกที่สามอยู่แล้วแออัดไปด้วยความรู้กึ่งๆ
ไม่มีใครสามารถเดินปั่นจักรยานขับรถหรือเคลื่อนไหวได้อย่างสะดวกสบายในเมืองในเอเชีย
ช่องว่างระหว่างมีและไม่ได้เพิ่มขึ้นทุกวัน
ในนามของศาสนาสร้างพลังหนุ่มสาวไม่มีการคุมกำเนิด
การว่างงานและความผิดหวังและความหงุดหงิดรอบด้าน
ช่องว่างทางดิจิทัลผลักดันส่วนหนึ่งให้อยู่ในสภาพไร้มนุษยธรรม
สำหรับส่วนที่ด้อยโอกาสชีวิตหมายถึงโชคชะตาและการสวดอ้อนวอนขอความเมตตาจากพระผู้เป็นเจ้า
การฆ่าตัวตายที่เพิ่มขึ้นในหมู่เยาวชนที่สิ้นหวังกำลังมาถึงจุดสูงสุด
ตอนนี้ด้วยปัญญาประดิษฐ์เรากำลังกำจัดงานมากขึ้นเรื่อยๆ
ในการเกษตรผู้คนก็ค่อยๆสูญเสียความหวังสำหรับอนาคตที่ดีกว่า
สิ่งที่คนว่างงานและคนว่างงานจะทำในโลกนี้การถามนั้นไม่ยุติธรรม

อวกาศ - เวลา

เวลามีความสัมพันธ์กันมีข้อเท็จจริงและความเป็นจริงที่เป็นที่ยอมรับอยู่แล้ว

อวกาศไม่มีที่สิ้นสุดจักรวาลกำลังขยายตัวโดยไม่มีความต้านทานใดๆ

ในความสัมพันธ์ระหว่างอวกาศกับเวลาแรงโน้มถ่วงก็มีความสำคัญเช่นกัน

ความเร็วของแสงเป็นอุปสรรคสำหรับเวลาและในเวลาที่ความเร็วนั้นอาจหยุดนิ่ง

แนวคิดทั้งหมดของอวกาศ - เวลา, พลังงานสสาร, แรงโน้มถ่วง - แม่เหล็กไฟฟ้าอาจตกราง

นิวตันถึงไอน์สไตน์เป็นก้าวสำคัญในการศึกษาฟิสิกส์

ความพัวพันทางควอนตัมในขณะนี้เปลี่ยนพื้นฐานหลายอย่าง

การเดินทางข้ามเวลาและการเคลื่อนย้ายไม่ใช่เรื่องราวของนวนิยายวิทยาศาสตร์อีกต่อไป

ปัญญาประดิษฐ์จะตั้งค่าให้สิ่งเหล่านี้เกิดขึ้นพร้อมกับทิศทางใหม่ในไม่ช้า

ผู้คนอาจได้พบพระเยซูและพระพุทธเจ้าในเร็วๆนี้ผ่านการเดินทางข้ามเวลาในช่วงวันหยุดพักผ่อน

จักรวาลที่ไม่เสถียร

หลังจากบิ๊กแบงอนุภาคพื้นฐานจะปั่นป่วน
ด้วยพลังงานที่เต็มเปี่ยมจากการระเบิดพวกเขารู้สึกตื่นเต้น
อนุภาคแรกเกิดไม่เสถียรและไม่สามารถอยู่รอดได้นาน
ดังนั้นการรวมกันโปรตอนนิวตรอนและอิเล็กตรอนที่พวกมันก่อตัวขึ้น
พวกเขาร่วมกันสร้างระบบสุริยะขนาดเล็กของอะตอมเพื่อให้มีความเสถียร
แต่เพื่อให้คงที่อะตอมที่เกิดขึ้นใหม่ส่วนใหญ่ไม่สามารถ
อะตอมรวมกันในสัดส่วนที่แตกต่างกันและกลายเป็นโมเลกุล
ด้วยเหตุนี้ระบบสุริยะจึงมีเสถียรภาพแบบไดนามิก
อะตอมต้องใช้เวลาหลายล้านปีในการสร้างโมเลกุลชีวภาพ
คาร์บอนไฮโดรเจนออกซิเจนไนโตรเจนเหล็กทำให้ชีวิตทางชีวภาพเป็นไปได้
ถึงกระนั้นเราก็ยังไม่แน่ใจว่าจริงๆแล้วเรากำลังรวมกันของอะตอมหรือคลื่นสั่นสะเทือน
อนุภาคพื้นฐานอาจอยู่ในความเป็นจริงการสั่นสะเทือนของสตริงของพระผู้เป็นเจ้า

ทฤษฎีสัมพัทธภาพ

สัมพัทธภาพเป็นสมบัติของธรรมชาติเมื่อกาแลคซีถูกสร้างขึ้น
ก่อนบิ๊กแบงและหลังจากนั้นสัมพัทธภาพยังคงมีอยู่เสมอ
ไม่มีอะไรในจักรวาลและความเป็นจริงที่แน่นอนและคงที่
ทฤษฎีวิทยาศาสตร์ปรัชญาและจิตวิทยาบางครั้งไม่สอดคล้องกัน
ในการดำรงอยู่ของความเป็นจริงและสัมพัทธภาพผู้สังเกตการณ์มีความสำคัญ
ผู้คนรู้จักทฤษฎีสัมพัทธภาพในรูปแบบที่ไม่ใช่คณิตศาสตร์มานานแล้ว
เรื่องราวของการทำให้เส้นตรงสั้นลงโดยไม่ต้องสัมผัสนั้นไม่ใช่เรื่องเล็ก
ตำราศาสนาและปรัชญาอธิบายสัมพัทธภาพที่แตกต่างกัน
ไอน์สไตน์ให้ความสำคัญกับมนุษยชาติและวิทยาศาสตร์ผ่านสมการและคณิตศาสตร์
ชีวิตความตายปัจจุบันอดีตอนาคตล้วนมีความสัมพันธ์และเป็นที่รู้จักกันโดยสัญชาตญาณของมนุษย์
แนวคิดของสัมพัทธภาพกับสมองและอารยธรรมของมนุษย์เป็นปัจจัยพื้นฐาน

เวลาคืออะไร

เวลามีอยู่ในขอบเขตของชีวิตมนุษย์จริงหรือ?
หรือมันเป็นเพียงภาพลวงตาของสมองมนุษย์ที่จะเข้าใจความเป็นจริง?
มีลูกศรแห่งเวลาที่เคลื่อนที่ด้วยความเร็วแสงหรือไม่?
หรืออดีตปัจจุบันและอนาคตเป็นเพียงแนวคิดในการอธิบายการดำรงอยู่?
ไม่มีเวลาที่สม่ำเสมอในจักรวาลและเวลาทุกที่สัมพันธ์กัน
สสารและพลังงานเป็นเพียงความเป็นจริงที่ปรากฏในความหมายที่แท้จริง
ความสงสัยอยู่เสมอเกี่ยวกับเวลาจิตวิญญาณและการดำรงอยู่ของพระผู้เป็นเจ้า
การวัดเวลาอาจเป็นไปตามอำเภอใจหน่วยเช่นหน่วยของความยาวและน้ำหนัก
ลูกศรแห่งกาลเวลาจากอดีตถึงปัจจุบันถึงอนาคตอาจไม่ถูกต้อง
เวลาอาจเป็นเพียงหน่วยวัดการแปลงพลังงานการเติบโตและการสลายตัวของสสาร
เวลาคืออะไรด้วยการยืนยันแม้แต่นักวิทยาศาสตร์ที่เรียนรู้ก็ไม่สามารถพูดได้

คิดการใหญ่

คนพูดว่าคิดให้ใหญ่คิดให้ใหญ่คุณจะกลายเป็นใหญ่
แต่เมื่อฉันคิดว่าใหญ่ขึ้นใหญ่ขึ้นและใหญ่ขึ้นฉันก็กลายเป็นคนตัวเล็กอย่างน่าอัศจรรย์
ในโลกสัมพัทธภาพการดำรงอยู่ของฉันกลายเป็นสิ่งที่ไม่มีนัยสำคัญ
ฉันไม่มีนัยสำคัญในท้องถิ่นของฉันคือความเป็นจริงของชีวิต
ในเมืองของฉันเขตของฉันรัฐของฉันและในประเทศของฉันความไม่สำคัญเพิ่มขึ้น
เมื่อฉันเห็นในระดับโลกการดำรงอยู่ของฉันจะกลายเป็นสิ่งที่ไม่มีอะไรเลย
ในระบบสุริยะจักรวาลทางช้างเผือกและจักรวาลสิ่งที่ฉันเป็นไม่มีคำตอบ
ความเป็นจริงเพียงอย่างเดียวคือวันนี้ฉันยังมีชีวิตอยู่และมีตัวตนอยู่ในบ้านของฉันกับครอบครัว
ไม่มีคุณค่าไม่มีความสำคัญไม่มีความจำเป็นต่อโลกหรือมนุษยชาติ
การเดินทางที่ไร้ประโยชน์ทิศทางเดียวที่เรียกว่าชีวิตในแบบของฉันฉันต้องหา
เมื่อฉันเสร็จสิ้นการเดินทางผู้คนจะยังคงเคลื่อนไหวไปทั่วร่างกายของฉัน
เรามีขนาดเล็กมากและมองไม่เห็นในหมู่แปดพันล้านที่สิ่งที่จะพูดอย่างภาคภูมิใจ

ธรรมชาติราคาจ่ายสำหรับกระบวนการวิวัฒนาการของตัวเอง

ธรรมชาติได้จ่ายราคาแพงสำหรับกระบวนการวิวัฒนาการจนกระทั่งการปรากฏของโฮโมเซเปียนสำหรับสัตว์ไม่มีสิ่งใดเป็นภาพลวงตาต้นไม้อาณาจักรที่มีชีวิตอยู่อย่างมีความสุขโดยไม่ต้องมองหาทางออกใดๆการได้รับอาหารที่เพียงพอน้ำและอากาศที่ดีคือความพึงพอใจของพวกเขาความสมดุลทางนิเวศวิทยามีการกล่าวถึงในกระบวนการและไม่มีการทำธุรกรรมทางการเงิน

การมาถึงของมนุษย์ในกระบวนการวิวัฒนาการทำให้ทุกอย่างเปลี่ยนไปธรรมชาติต้องดิ้นรนทุกขณะเพื่อรักษาแกนกลางและสร้างสมดุลผู้ชายเปลี่ยนเนินเขาแม่น้ำอ่าวชายหาดแนวชายฝั่งเพื่อความสะดวกสบายแต่เพื่อให้ธรรมชาติของแม่รักษาสมดุลของวิวัฒนาการอย่าสนับสนุนในนามของอารยธรรมและความก้าวหน้าทุกสิ่งในธรรมชาติมนุษย์บิดเบือน

วันคุ้มครองโลก

ดาวเคราะห์โลกมีความสวยงามไม่ใช่เพราะมันทำจากคาร์บอนไฮโดรเจนและออกซิเจน

มันสวยงามเพราะวิวัฒนาการและความฉลาดของธรรมชาติ

การสร้างสิ่งมีชีวิตจากอะตอมขนาดเล็กยังคงเป็นปริศนาที่ยิ่งใหญ่

ไม่มีใครรู้ว่าสิ่งมีชีวิตเป็นปรากฏการณ์เฉพาะในดาวเคราะห์กาแล็กซีนี้เท่านั้น

หรือสิ่งมีชีวิตจากที่อื่นมาสู่โลกใบนี้เป็นกรรมพันธุ์

ความงามของชีวิตอยู่ที่ความหลากหลายและระบบนิเวศ

การทำลายความสมดุลที่เปราะบาง โดยมนุษย์สามารถมองเห็นได้และไม่ค่อย

มนุษย์คิดว่าโดยอาศัยสติปัญญาโลกคือความยิ่งใหญ่ของพวกเขา

สำหรับการอยู่ร่วมกันกับสายพันธุ์อื่นโฮโมเซเปียนไม่มีภูมิปัญญา

การเฉลิมฉลองวันคุ้มครองโลกเป็นเวลาสองสามชั่วโมงคือการล้างตาของมนุษย์และการกระทำแบบสุ่ม

วันหนังสือโลก

แท่นพิมพ์เป็นการประดิษฐ์ที่ก้าวหน้า
ใหญ่พอๆกับคอมพิวเตอร์สมาร์ทโฟนและอินเทอร์เน็ต
สื่อมวลชนเปลี่ยนวิถีแห่งอารยธรรมผ่านการเผยแพร่ความรู้
หนังสือเป็นผู้ให้บริการเหมือนอินเทอร์เน็ตในยุคปัจจุบัน
หนังสือมีบทบาทสำคัญในการเผยแพร่ความรู้เช่นรังสีดวงอาทิตย์
มีแรงกดดันอย่างมากต่อหนังสือด้วยเทคโนโลยีใหม่ๆ
แต่หนังสือก็ทนต่อการโจมตีของสื่อโสตทัศน์ทั้งหมด
ในศตวรรษที่ยี่สิบแรกหนังสือยังเป็นทรัพย์สินระดับพรีเมียม
ความสำคัญของหนังสืออาจลดลงไปถึงรูปแบบดิจิทัลและปัญญาประดิษฐ์
แต่ในความคืบหน้าของอารยธรรมและความรู้หนังสือจะยังคงมีตำแหน่ง

ให้เรามีความสุขในการเปลี่ยนผ่าน

เมื่อดวงอาทิตย์หรี่แสงและนิวเคลียร์ฟิวชั่นสิ้นสุดลงตลอดกาล
สิ่งมีชีวิตปัญญาประดิษฐ์จะทำอะไรในโลกใบนี้
การสลายตัวและการพังทลายของพวกมันจะเริ่มต้นโดยอัตโนมัติเช่นกัน
สิ่งมีชีวิต AI จะชาร์จแบตเตอรี่โดยไม่ใช้พลังงานแสงอาทิตย์ได้อย่างไร
หากต้องการชาร์จเพียงเล็กน้อยพวกเขาจะวิ่งเหมือนสุนัขข้างถนนและจะหิว
มนุษย์อาจสูญพันธุ์ไปนานแล้วก่อนที่ดวงอาทิตย์จะมืดลง
สิ่งมีชีวิต AI
เพียงอย่างเดียวต้องเผชิญกับปรากฏการณ์และสร้างความสนุกสนาน
หากดาวเคราะห์น้อยขนาดใหญ่บางดวงพุ่งชนโลกก่อนที่ดวงอาทิตย์จะมืดลง
การทำลายล้างจะเกิดขึ้นด้วยกันมนุษย์ AI และสิ่งมีชีวิตทั้งหมด
การอยู่รอดของสิ่งมีชีวิต AI
หลังจากการโจมตีด้วยดาวเคราะห์น้อยก็อยู่ห่างไกลเช่นกัน
ผ่านเส้นทางของตัวเองธรรมชาติจะกลับมารีสอร์ทอีกครั้ง
สิ่งมีชีวิตใหม่จะกลับมาอีกครั้งผ่านวิวัฒนาการ
เพื่อโลกใหม่ที่ดีกว่าเดิมมันจะเป็นทางออกที่ดีที่สุดของธรรมชาติ
จนกว่าสิ่งเหล่านี้จะเกิดขึ้นมาสนุกและมีความสุขในการเปลี่ยนผ่านกันเถอะ

ผู้สังเกตการณ์มีความสำคัญ

ในการพัวพันเชิงควอนตัมผู้สังเกตการณ์มีความสำคัญมากที่สุด

การทดลองช่องคู่แสดงให้เห็นว่าอิเล็กตรอนมีพฤติกรรมที่แตกต่างกันหากสังเกตพบ

ในโลกสัมพัทธภาพและควอนตัมโดยไม่มีผู้สังเกตการณ์ไม่มีความหมายของเหตุการณ์

ดังนั้นจงสังเกตและรู้สึกถึงการมีอยู่และความเป็นจริงฉันเป็นศูนย์กลางสำหรับฉัน

เช่นเดียวกับที่เหมาะสมกับสายพันธุ์และแมลงกินต้นไม้

หากไม่มีสติสัมปชัญญะของฉันไม่ว่าจักรวาลจะมีอยู่หรือไม่นั้นไม่มีสาระสำคัญ

คนที่ไม่มีสติแม้ว่าจะมีชีวิตอยู่แต่ก็ไม่มีอะไรที่มีความหมายเราสามารถพิจารณาคดีได้

เหตุผลของการพัวพันทางควอนตัมจนถึงตอนนี้ยังไม่มีนักวิทยาศาสตร์คนใดสามารถอธิบายได้

แต่ทุกสิ่งในจักรวาลและจักรวาลเข้าไปพัวพันผ่านห่วงโซ่ที่มองไม่เห็น

การรวมตัวกันของแรงโน้มถ่วงแม่เหล็กไฟฟ้าแรงนิวเคลียร์พลังงานสสารอาจเป็นสมองของพระเจ้า

มีเวลาเพียงพอ

พระเยซูกษัตริย์ซาโลมอนและอเล็กซานเดอร์มีเวลามากพอ
พวกเขาประสบความสำเร็จอย่างมากในช่วงเวลานั้นและตรงเวลารอยเท้าซ้าย
คนส่วนใหญ่ยุ่งเกินไปในการแข่งขันอัตราและไม่มีเวลา
บางคนคิดว่าพวกเขาเป็นอมตะและพวกเขาจะทำสิ่งที่ยิ่งใหญ่ในอนาคต
มีเพียงไม่กี่คนเท่านั้นที่รู้ว่าเวลาที่ไม่มีที่สิ้นสุดนั้นมาจากธรรมชาติที่แปลกประหลาด
บางครั้งวิทยาศาสตร์ยังทำให้งงงวยว่าเวลาจริงคืออะไรหรือเคลื่อนไหวจริงๆ
หรือเป็นเหมือนแรงโน้มถ่วงโดยไม่ไหลไปอีกมิติหนึ่ง
พื้นที่เวลาสสารและพลังงานล้วนมีความสำคัญแต่เวลาเป็นอิสระ
แต่หากต้องการซื้อแฟลตเล็กๆในเมืองคุณต้องจ่ายค่าธรรมเนียมจำนวนมาก
คุณมีเวลาที่จะเป็น Vivekananda, Mozart, Ramanujan หรือ Bruce Lee แล้ว

ความเหงาก็ไม่เลวตลอดเวลา

บางครั้งเราสามารถคิดลึกลงไปในความเหงา
ช่วยให้มีสมาธิจดจ่ออยู่กับความสะอาดของจิตใจ
ด้วยฝูงชนที่ไม่พึงประสงค์จิตใจรู้สึกง่วงนอน
แต่สำหรับบางคนความเหงาอาจนำมาซึ่งความเกียจคร้าน
ไม่กี่คนก็ยังสามารถนำไปสู่ความเกลียดชังของวิสัยทัศน์;
ใช้ความเหงาเป็นเครื่องมือในการหยั่งรู้
ความเหงาก็เป็นสิ่งจำเป็นสำหรับการทำสมาธิ
หากคุณมีสมาธิมันจะช่วยแก้ปัญหาที่น่ารำคาญ
ในขณะที่อยู่คนเดียวอย่าลองใช้ยาหรือยาระงับประสาทใดๆ
แทนที่จะออกไปข้างนอกกับเพื่อนๆยาที่ดีกว่า
ใช้ความเหงาเพื่อสมาธิและทิศทางใหม่

ฉันกับปัญญาประดิษฐ์

สิ่งที่ฉันรู้ทั้งหมดไม่ใช่ความรู้พื้นฐานของฉัน
ฉันไม่ได้ประดิษฐ์ตัวอักษรหรือตัวเลข
ภาษาที่ฉันรู้ไม่ได้ถูกสร้างขึ้นโดยการทำงานของสมองของฉัน
ไฟล้อหรือคอมพิวเตอร์ก็ไม่ใช่สิ่งประดิษฐ์ของฉันเช่นกัน
ทุกสิ่งที่ฉันได้มาจากผู้อื่น
นอกจากนี้การเข้าสังคมยังนำมาจากพ่อแม่และญาติ
สมองของฉันเก็บเฉพาะข้อมูลเช่นฮาร์ดดิสก์ของคอมพิวเตอร์
มีความแตกต่างเพียงเล็กน้อยระหว่างฉันกับความรู้ AI
ความแตกต่างที่ไม่เหมือนใครคือจิตสำนึกและความคิดริเริ่มของฉัน
และภูมิปัญญาที่ผมรวบรวมผ่านการคิดบวกอย่างต่อเนื่อง

คำถามทางจริยธรรม

ในทุกทางแยกของความคืบหน้าเรามักจะตั้งคำถามเกี่ยวกับจริยธรรม

ไม่ว่าจะเป็นการทำแท้งหรือเด็กหลอดทดลองหรือตัวตลกของชีวิตใหม่

ไม่มีปัญหาทางจริยธรรมในการฆ่ามนุษย์ในสงครามด้วยเหตุผลเล็กน้อย

ไม่มีปัญหาทางจริยธรรมในการสังหารผู้คนนับพันในนามของศาสนา

แต่สำหรับการพัฒนาทางวิทยาศาสตร์และทางเทคนิคที่ก้าวล้ำนั้นจริยธรรมมาจาก

สำหรับความขัดแย้งและการกระทำที่ผิดจรรยาบรรณทุกศาสนาเป็นใบ้

คอมพิวเตอร์หุ่นยนต์และอินเทอร์เน็ตถือว่าเป็นภัยคุกคามต่อกำลังแรงงาน

แต่ในที่สุดทั้งหมดนี้ก็กลายเป็นเครื่องมือสำหรับการพัฒนาที่เร็วขึ้นและแหล่งที่มาของประสิทธิภาพ

ปัญญาประดิษฐ์และความเป็นอมตะผ่านทางพันธุกรรมได้รับการตั้งคำถามแล้ว

หลังจากผ่านไปสองสามทศวรรษทุกคนจะบอกว่าปัญญาประดิษฐ์ไม่ใช่สิ่งที่ไม่น่าเชื่อ

ฉันไม่รู้

ฉันเคลื่อนที่เร็วขึ้นและเร็วขึ้นโดยไม่รู้ว่าทำไมฉันถึงเคลื่อนที่
ฉันรู้แค่ว่าฉันแก่ขึ้นทุกนาทีและกำลังจะตายไปวันๆ
ฉันไม่รู้ว่าฉันมาจากไหนโดยไม่รู้และตอนนี้กำลังจะไป
ภายในกล่องดำฉันมีความรู้และข้อมูลที่จำกัด
นอกกรอบไม่มีใครรู้ว่าเกิดอะไรขึ้นกันแน่
ทั้งวิทยาศาสตร์และศาสนาไม่มีข้อพิสูจน์ใดๆที่เป็นข้อสรุป
แต่สัญชาตญาณพื้นฐานของชีวิตบังคับให้ฉันก้าวเร็วขึ้นและเร็วขึ้น
การเดินทางอาจหยุดลงเมื่อใดก็ได้โดยไม่มีข้อบ่งชี้ล่วงหน้า
หรือฉันอาจถูกบังคับให้เดินหน้าต่อไปเรื่อยๆเป็นเวลาเจ็ดสิบแปดสิบหรือร้อยปี
แต่ในตอนท้ายการเดินทางจะสมบูรณ์ในสุสานเปลี่ยว

ฉันรู้ว่าฉันเก่งที่สุดในการแข่งหนู

ฉันรู้ว่าฉันเป็นนักว่ายน้ำที่เก่งที่สุดและฉันก็ข้ามมหาสมุทร
ท่ามกลางคนนับล้านผมแข็งแกร่งที่สุดและทรงพลังที่สุด
ดังนั้นวันนี้ในสนามของคนแข่งผมประสบความสำเร็จ
การแข่งขันหนูเริ่มขึ้นก่อนที่ผมจะเห็นแสงสว่างในโลกนี้
นั่นคือเหตุผลที่การแข่งขันของหนูมีสายโดยทั่วไปในการพับของมนุษย์
ใครก็ตามที่ออกจากการแข่งขันของหนูมนุษย์ไม่คิดว่ากล้าหาญ
เรื่องราวความสำเร็จของผู้ชนะการแข่งขันหนูผู้คนเล่าอย่างภาคภูมิใจ
แต่มีเรื่องราวที่แตกต่างกันไม่กี่อย่างเช่นพระพุทธเจ้าและพระเยซู
นั่นคือเหตุผลที่พวกเขาเป็นยอดมนุษย์ที่มีระดับที่แตกต่างกัน
พวกเขาเป็นพระเมสสิยาห์ของมนุษยชาติและสำหรับมวลชนแข่งหนู

สร้างอนาคตของคุณ

ไม่มีใครจะสร้างอนาคตของฉัน
ฉันต้องสร้างมันวันนี้ด้วยการทำงาน
แม้ว่าอนาคตจะไม่แน่นอนและคาดเดาไม่ได้
การสร้างฐานสำหรับวันพรุ่งนี้เป็นเรื่องง่าย
ถ้าวันนี้เราทำงานหนักเพื่อภารกิจและเป้าหมายของเรา
พรุ่งนี้มาพร้อมกับโอกาสที่มากขึ้น
วันแล้ววันเล่าต้องการความต่อเนื่องเสมอ
พระเจ้าทรงช่วยเหลือผู้ที่ช่วยเหลือตัวเองไม่ได้เป็นเสมือนจริง
เมื่ออนาคตมาถึงคุณจะรู้สึกว่ามันเป็นเรื่องจริง
ดังนั้นวันนี้สร้างอนาคตของคุณด้วยความสนุกสนานและความกระตือรือร้น

ขนาดที่ถูกละเลย

ในฐานะสิ่งมีชีวิตเรามีความกังวลมากขึ้นเกี่ยวกับแสงเสียงและความร้อน

รำคาญน้อยลงเกี่ยวกับแม่เหล็กไฟฟ้าแรงโน้มถ่วงแรงนิวเคลียร์ที่แข็งแกร่งและอ่อนแอ

ผู้คนสวดอ้อนวอนพระอาทิตย์เพราะเป็นแหล่งพลังงานหลัก

การบูชาแม่น้ำและฝนพระเจ้าผู้คนแสดงความสำคัญของสสาร

แต่ในทุกมิติพื้นที่และเวลายังคงประจบสอพลอ

พื้นฐานสี่กองกำลังอยู่นอกเหนือความเข้าใจของคนยุคดึกดำบรรพ์

มิฉะนั้นการนมัสการและการสวดอ้อนวอนของพวกเขาจะมีความเกี่ยวข้องและดีกว่า

ในวัฒนธรรมส่วนใหญ่มีพระผู้เป็นเจ้าและเทพธิดาแห่งเรื่องและพลังงาน

แต่ไม่มีพระเจ้าหรือเทพธิดาสำหรับมิติที่สำคัญที่สุดพื้นที่และเวลา

แม้ว่าสำหรับการดำรงอยู่ของสิ่งมีชีวิตทั้งสองมิติเป็นสิ่งสำคัญ

เราจำได้ว่า

เราจำเหตุการณ์เลวร้ายทั้งหมดในชีวิตได้
ในเรื่องนี้มนุษย์เก่งขึ้นและเชี่ยวชาญ
มีเพียงไม่กี่คนที่สังเกตเห็นคุณสมบัติและคุณธรรมที่ดีของเรา
แม้แต่ตัวเราเองก็ยังลืมความทรงจำที่ดีของเรา
ความทรงจำยุ่งกว่าเมื่อนึกถึงโศกนาฏกรรมเก่าๆ
ผู้คนก็ไม่เห็นคุณค่าของคนอื่นเพราะความหึงหวง
ดังนั้นเพื่อรู้และเรียนรู้จากเพื่อนบ้านที่ประสบความสำเร็จไม่มีความอยากรู้อยากเห็น
แต่ในความผิดพลาดของคนอื่นเรารู้สึกยินดี
ข่าวร้ายที่ผู้คนแจกจ่ายอย่างรวดเร็วและมีความสุข
ไม่เคยเห็นบุคคลใดที่นินทาคุณสมบัติของผู้อื่น
จิตใจมนุษย์มีแนวโน้มที่จะนำความแตกต่างในอดีตกลับมาเสมอ
การปล่อยวางสิ่งที่ไม่ดีและความทรงจำที่ไม่ดีเป็นงานที่ยาก
เพื่อความสุขความสงบสุขและความสำเร็จการลบความทรงจำที่ไม่ดีจะต้อง

เจตจำนงเสรี

แม้ว่าเราจะทำอะไรบางอย่างด้วยสติและเจตจำนงเสรี
ผลลัพธ์หรือผลลัพธ์ไม่แน่นอนและอาจไม่เป็นไปตามที่ต้องการ
นั่นคือเหตุผลที่ศาสนาฮินดูกล่าวว่าไม่เคยคาดหวังผลของการทำงาน
เพียงแค่ทำด้วยความเต็มใจและมีประสิทธิภาพด้วยความทุ่มเท
การคาดหวังผลลัพธ์ที่เฉพาะเจาะจงจะทำให้ความละเอียดของเจตจำนงเสรีลดลง
อาจมีการล่อลวงผลไม้ก่อนที่คุณจะปลูกต้นไม้
แต่ความตั้งใจและความปรารถนาที่จะปลูกต้องมีสติและเป็นอิสระ
หากคุณคิดมากเกินไปเกี่ยวกับพายุที่อาจทำลายต้นอ่อน
เมื่อพิจารณาถึงชีวิตที่ไม่แน่นอนของคุณเองจิตใจของคุณจะนั่งลงเพื่อหยุดชุด
แม้ว่าเจตจำนงเสรียังอยู่ภายใต้ความไม่แน่นอนที่ซ่อนอยู่
บางครั้งเราเรียกมันว่าโชคชะตาบางครั้งโชคชะตา
แต่หากไม่มีการกระทำและการทำงานคุณก็ยอมรับความพ่ายแพ้อย่างแน่นอน

พรุ่งนี้เป็นเพียงความหวัง

ไม่มีใครรู้ว่าจะเกิดอะไรขึ้นในวันพรุ่งนี้
หากไม่มีชีวิตอยู่จะมีเพียงไม่กี่ใบหน้าที่แสดงความเศร้าโศก
คนอื่นๆจะพูดต่อไปว่าพักผ่อนอย่างสงบ
ยกเว้นเลือดของคุณเองจะไม่มีใครพลาด
ความเป็นจริงของชีวิตนั้นเรียบง่ายและชัดเจนมาก
ตายแล้วบอกลาไม่ต้องกลัว
ของขวัญสุดท้ายของชีวิตไม่ใช่ความมั่งคั่งแต่เป็นความตาย
สักวันหนึ่งเพื่อนและคนที่ฉันรู้จักทั้งหมดจะต้องตาย
เพื่อช่วยพวกเขาตลอดไปความไร้ประโยชน์จะเป็นความพยายามของคุณ
เมื่อถึงเวลาเกิดเมื่อรู้ความจริงเด็กคนหนึ่งก็ร้องไห้

การเกิดและการตายในขอบฟ้าเหตุการณ์

วันเกิดของฉันไม่ใช่เหตุการณ์ในโลกที่ไม่ได้พูดถึงกาแล็กซี

แม้แต่พระประสูติ, พระเยซู, มูฮัมหมัดก็ไม่ได้เกิดมาตั้งแต่เกิด

การตายของฉันจะไม่มีนัยสำคัญเช่นเดียวกับการเกิดของฉัน

ทั้งอัสสัมอินเดียเอเชียจะไม่หยุดและอเมริกาจะไม่ชะลอตัวลง

แม้แต่โลกก็ยังเดินหน้าต่อไปตามปกติเมื่อไดอาน่าและบริติชคราวน์เสียชีวิต

ไม่เสียใจสำหรับการเกิดของฉันและจะไม่เสียใจสำหรับการตาย

เช่นเดียวกับกระแสน้ำในมหาสมุทรเรามาและเราไปหลังจากนั้นไม่กี่อึดใจ

เส้นทางรอยเท้ายังคงอยู่ในใจของคนที่คุณรักเท่านั้น

ในกรณีที่ผู้สังเกตการณ์เหล่านั้นจากไปเช่นกันไม่มีการดำรงอยู่ในขอบฟ้าของเหตุการณ์

อย่าหวังว่าจักรวาลควอนตัมและจักรวาลคู่ขนานจะทำให้ชีวิตมีตัวแทนที่ดีขึ้น

เกมระดับสูงสุด

ฉันได้ยินเสียงที่ใหญ่ที่สุดและแสงที่สว่างที่สุดของบิ๊กแบง
มันเป็นจุดเริ่มต้นของชีวิตใหม่การเกิดของเด็กที่ร้องไห้
ผู้สังเกตการณ์มีความสำคัญตามที่พิสูจน์แล้วว่าการทดลองกรีดสองครั้ง
หากปราศจากการดำรงอยู่ของผู้สังเกตการณ์สำหรับทารกแรกเกิด Big-Bang ไม่เกี่ยวข้อง
การเกิดของทารกแรกเกิดมีความสำคัญพอๆกับบิ๊กแบงสำหรับคุณแม่
'The Child is the father of the man' ได้รับความนิยมมากกว่าทุกที่
บิ๊กแบงจะไม่เคยได้รับการอธิบายโดยไม่มีผู้สังเกตการณ์ใดๆ
สำหรับทุกทฤษฎีหรือสมมติฐานจะต้องมีพ่อที่คอยสังเกตการณ์
การแปลงพลังงานสสารและในทางกลับกันเริ่มขึ้นก่อนที่โฮโมเซเปียนส์จะมาถึง
การแปลงจากรูปแบบหนึ่งไปยังอีกรูปแบบหนึ่งเป็นเกมที่ดีที่สุดของธรรมชาติ

เวลาภาพลวงตาลึกลับ

อดีตและอนาคตเป็นภาพลวงตาเสมอ
อดีตไม่มีอะไรนอกจากการเจือจางเวลา
อนาคตเป็นเพียงการคาดหวังเวลา
ปัจจุบันอยู่กับเราเพื่อการแก้ปัญหาเท่านั้น
หากเราไม่ดำเนินการมันจะหายไปโดยไม่มีการข่มขู่
เวลาไม่มีแรงผลักดันเมื่อเรามองไปที่อดีต
แม้ว่าโดเมนและประวัติศาสตร์ในอดีตจะกว้างใหญ่มาก
เราไม่สามารถมองไปที่อนาคตได้ดังนั้นจะมีแรงผลักดันได้อย่างไร
ช่วงเวลาปัจจุบันอยู่ในมือเราเท่านั้นเหมาะสมที่สุดเสมอ
อดีตปัจจุบันและอนาคตที่เราสังเกตผ่านอนุภาคควอนตัม

พระผู้เป็นเจ้าไม่ทรงต่อต้านเจตจำนงของพระองค์

การฆ่าในนามของชาติศาสนาไม่ถือว่าเป็นอาชญากรรมหรือบาป
แล้วการฆ่าตัวตายในนามของศาสนาจะเรียกว่าไม่ดีได้อย่างไร
ไม่มีหลักฐานว่าคนที่ฆ่าตัวตายเป็นบาป
สำหรับคนที่จะกำจัดความเจ็บปวดและความทุกข์ทรมานการฆ่าตัวตายอาจได้รับประโยชน์
เมื่อพระเยซูถูกตรึงกางเขนพระองค์ทรงสวดอ้อนวอนให้ผู้คนที่โง่เขลา
พ้นจากความเจ็บปวดและความทุกข์หากคุณจากโลกนี้ไปไม่ควรมีปัญหา
หลังจากความตายโลกนี้ไม่มีแก่นสารสำหรับคนตาย
เฉพาะบางครั้งคนใกล้ชิดและคนที่รักจะเศร้า
หากการฆ่าเพื่อป้องกันตัวไม่ถือว่าเป็นอาชญากรรม
การฆ่าตัวตายเพื่อป้องกันความเจ็บปวดและความทุกข์ยากควรไม่มีปัญหา
เราไม่สามารถวัดความตายผ่านไม้หลาที่แตกต่างกันเพื่อความสะดวก
หากผู้ใหญ่ที่โตเต็มที่ตายด้วยเจตจำนงของตนเองพระผู้เป็นเจ้าก็ไม่มีเหตุผลที่จะต่อต้าน

ดีและไม่ดี

ความจำเป็นคือมารดาแห่งการประดิษฐ์
ในการประดิษฐ์ทุกครั้งมีข้อควรระวัง
การเดินและวิ่งดีต่อสุขภาพ
บางคนกำลังสร้างความมั่งคั่งผ่านโรงยิม
จักรยานเข้าสู่อารยธรรมเพื่อเคลื่อนที่เร็วขึ้น
ผู้คนต่างประหลาดใจว่ามันเคลื่อนที่บนสองล้อได้อย่างไร
ภายในระยะเวลาอันสั้นจักรยานไม่ได้คงอยู่อย่างน่าพิศวง
ในช่วงศตวรรษที่สิบเก้าการมีจักรยานเป็นความภาคภูมิใจ
ตอนนี้หลายวันจักรยานถือว่าเป็นการขับขี่ของผู้ชายที่น่าสงสาร
มอเตอร์ไซค์และจักรยานยนต์ผลักจักรยานไปด้านหลังเวที
แต่ในฐานะที่เป็นยานพาหนะที่มีสุขภาพดีมันอยู่ในตำแหน่งที่จักรยานยังคงจัดการ
ไม่มีน้ำมันไม่มีมลพิษไม่ต้องใช้ที่จอดรถ
ในสถานที่แออัดตอนนี้จักรยานได้รับการสนับสนุนอีกครั้ง
ด้วยการปล่อยคาร์บอนเป็นศูนย์จึงเป็นสิ่งประดิษฐ์ที่ยอดเยี่ยมสำหรับมนุษยชาติ
การใช้จักรยานมากขึ้นจะช่วยปรับปรุงคุณภาพอากาศ
พลาสติกเป็นสิ่งที่ดีเพราะน้ำหนักเบาและไม่แตกหัก
แต่ในธรรมชาติพลาสติกและโพลีทีนไม่สามารถย่อยสลายทางชีวภาพได้
โพลีเอทีนและพลาสติกทำให้แหล่งน้ำธรรมชาติเป็นทุกข์
การค้นหา polythene ในกระเพาะอาหารของสัตว์ทะเลเป็นสิ่งที่น่ากลัว

แก้วเป็นสิ่งที่ดีแต่เปราะบางและมีขนาดใหญ่ในการพกพา
นั่นคือเหตุผลที่พลาสติกสามารถขโมยเรื่องราวได้อย่างง่ายดาย
อาหารจานด่วนไม่ดีแต่ถ้าไม่มีโพลีทีนก็ไม่สามารถเคลื่อนที่ได้
หากไม่มีพลาสติกเครื่องบินและอุตสาหกรรมรถยนต์ก็ไม่มีความหวัง
Polythene และพลาสติกให้ถุงมือราคาถูกแก่เราในช่วง Covid19
มิฉะนั้นความตายจะสัมผัสกับสถิติที่แตกต่างออกไป
ดีและไม่ดีทั้งสองด้านของการประดิษฐ์และการค้นพบทุกครั้ง
วิธีการพิจารณาคดีและการใช้งานที่ดีที่สุดเป็นสิ่งจำเป็นที่หลีกเลี่ยงไม่ได้

ผู้คนชื่นชมเพียงไม่กี่หมวดหมู่

ไม่มีใครจำคุณได้ถ้าคุณไม่ใช่นักร้องที่ดี

คุณจะไม่เป็นที่รู้จักเว้นแต่คุณจะเป็นนักแสดงหรือศิลปินการแสดง

ผู้คนจะไม่รับฟังความคิดเห็นที่ดีของคุณเว้นแต่คุณจะเป็นนักการเมือง

บางคนจะไปหาคุณถ้าคุณเป็นนักมายากล

แม้ว่าคุณจะหลอกผู้คนในพระนามของพระเจ้าและศาสนาคุณก็ยิ่งใหญ่

ไม่ได้รับการยอมรับสำหรับการทำงานหนักและความซื่อสัตย์ที่คุณเดิมพัน

คุณจะได้รับการชื่นชมหากคุณสามารถเล่นฟุตบอลหรือคริกเก็ตได้ดีขึ้น

Bot

นักเขียนและกวีที่ดีคนที่มีความอยากรู้อยากเห็นเพียงไม่กี่คนเท่านั้นที่จำได้

แม้ว่าคุณจะใช้เวลาทั้งชีวิตทำงานเพื่อผู้คนแต่ก็แทบจะไม่สำคัญ

คุณจะตายในวันหนึ่งเหมือนสายน้ำผึ้งที่ทำงานหนักของรังผึ้ง

บางครั้งคุณอาจไม่ได้รับการจดจำแม้แต่จากคู่ชีวิตของคุณ

เทคโนโลยีเพื่อวันพรุ่งนี้ที่ดีกว่า

เทคโนโลยีเป็นไปเพื่อวันพรุ่งนี้และอนาคตที่ดีกว่าเสมอ
ควบคู่ไปกับศาสนาเทคโนโลยียังหล่อหลอมวัฒนธรรม
ศาสนาวัฒนธรรมเทคโนโลยีและเศรษฐศาสตร์ตอนนี้เป็นส่วนผสมของคอลลอยด์
หากไม่มีเทคโนโลยีสิ่งที่อ่อนแอเกินไปจะเป็นโครงสร้างของอารยธรรม
ความก้าวหน้าของมนุษยชาติจะเป็นไปไม่ได้ที่จะก้าวต่อไป
แต่ถึงกระนั้นเทคโนโลยีก็ยังเป็นดาบสองคมเสมอ
บางประโยคมีความหมายเป็นสองเท่าไม่ว่าจะดีหรือไม่ดีในขณะที่เราตีความคำว่า
ปืนไดนาไมต์ระเบิดนิวเคลียร์ที่พิสูจน์แล้วว่าเทคโนโลยีอาจเป็นอันตราย
ผู้ปกครองและกษัตริย์มักใช้ความโกรธในทางที่ผิด
ความมีเหตุผลและภูมิปัญญามนุษย์ต้องเรียนรู้ที่จะจัดการกับเทคโนโลยี
แต่จนถึงตอนนี้ DNA ของมนุษย์ได้รับอัตตาและความคิดที่ขัดแย้งกัน
การใช้เทคโนโลยีเพื่อตอบสนองอัตตาความริษยาความโลภจะทำลายอารยธรรมโดยสิ้นเชิง

การผสมผสานของปัญญาประดิษฐ์และปัญญาธรรมชาติ

การผสมผสานปัญญาประดิษฐ์กับปัญญาชีวภาพอาจเป็นอันตรายได้

สำหรับมนุษยชาติการได้มาซึ่งสติสัมปชัญญะโดย AI ในอนาคตอาจส่งผลร้ายแรง

การอนุรักษ์ความฉลาดทางธรรมชาติเพื่อความหลากหลายทางชีวภาพเป็นสิ่งมีค่า

การหลอมรวมปัญญาประดิษฐ์และปัญญาธรรมชาติจะเปลี่ยนเส้นทางของวิวัฒนาการ

กระบวนการทำลายล้างจะเร่งและจากนั้นจะไม่มีทางออก

ปัญญาประดิษฐ์จะไม่สามารถกำจัดสงครามความรุนแรงหรือความเหลื่อมล้ำได้

แต่ในกระบวนการหลอมรวมปัญญาประดิษฐ์จะได้รับคุณสมบัติที่ไม่ดีทั้งหมด

หุ่นยนต์ที่มีความอิจฉาความเกลียดชังอัตตาและทัศนคติเชิงลบจะไม่มีค่า

ผลลัพธ์สูงสุดของความขัดแย้งระหว่างโคลนที่แตกต่างกันของ AI นั้นชัดเจน

การใช้ระเบิดนิวเคลียร์อาจกลายเป็นคำสั่งของวันสำหรับอำนาจสูงสุด

โปรดหยุดการหลอมรวมปัญญาประดิษฐ์และปัญญาธรรมชาติผ่านความสามารถทางกฎหมาย

ในโลกที่แตกต่างกัน

ชีวิตของคุณเริ่มต้นที่อายุหกสิบแต่อยู่ในดาวเคราะห์ดวงอื่น
สำหรับคุณกลายเป็นแม่เหล็กของครอบครัวที่อ่อนแอลง
แรงโน้มถ่วงจะแข็งแกร่งขึ้นดังนั้นคุณจึงไม่สามารถกระโดดสูงได้
เมื่อคุณวิ่งคอของคุณจะแห้งอย่างรวดเร็ว
หากต้องการปีนต้นไม้และถอนแอปเปิ้ลคุณไม่ควรลอง
เนื่องจากแรงแม่เหล็กที่อ่อนตัวลงความต้องการพลังงานจึงน้อยลง
ดังนั้นการบริโภคอาหารและวัสดุที่มีแคลอรี่สูงจะช่วยลด
เมื่อคุณพบเด็กหนุ่มที่มีหูและจมูก
วันเยาว์วัยที่ดีของคุณความทรงจำของคุณนำมาซึ่ง
ไม่มีใครเต็มใจที่จะฟังภูมิปัญญาและเรื่องราวที่ดีของคุณ
ในสมุดบันทึกของคุณคุณจะเริ่มเขียนความทรงจำอันแสนหวานของคุณ
โปรไฟล์ Facebook ของคุณจะถูกเข้าชมโดยเพื่อนของคุณเท่านั้น
เพราะเช่นเดียวกับคุณพวกเขาก็กำลังเผชิญกับแนวโน้มเดียวกัน
ดาวเคราะห์ที่คุณอาศัยอยู่กลายเป็นดาวเคราะห์ที่แตกต่างกันหลังจากหกสิ
บ
ไม่มีทางเปรียบเทียบกับชีวิตของคุณที่อายุยี่สิบไม่มีความเท่าเทียมกัน

สัญชาตญาณการทำลายล้าง

จากการอ้อนวอนจิตใจมนุษย์ที่เต็มไปด้วยสัญชาตญาณแห่งการทำลายล้าง
การทำลายและฆ่าเผ่าหรือชนเผ่าที่อยู่ใกล้เคียงเป็นกลยุทธ์การเอาชีวิตรอด
กองทัพผู้รุกรานพยายามที่จะทำลายล้างสูงสุดเสมอ
เพื่อให้คนที่พ่ายแพ้ตายในเวลาที่เหมาะสมจากความอดอยาก
สงครามการฆ่าการเอาคนลงเป็นทาสเป็นส่วนหนึ่งของอารยธรรมมนุษย์
การที่จะมีพลังมากกว่าเพื่อนบ้านยังคงเป็นเรื่องปกติ
อัตตาของความซับซ้อนที่เหนือกว่ามักจะปล่อยพิษสงคราม
แม้ว่าจิตใจของมนุษย์จะก้าวหน้าพอที่จะสร้าง AI
พวกเขายังคงปฏิเสธความคิดทำลายล้างไม่ได้ลาก่อน
ความคิดเดียวกันวันหนึ่ง AI สร้างสรรค์ของพวกเขาจะพยายาม
อารยธรรมของมนุษย์ตลอดไปจากโลกนี้จะตาย

คนอ้วนตายหนุ่มสาว

นักมวยปล้ำซูโม่มีชีวิตอยู่ได้ไม่นานเพราะตัวใหญ่
ดาวดวงใหญ่ก็ไม่สามารถอยู่รอดได้นานเกินไปเนื่องจากพวกเขาหนัก
พวกเขาทรุดตัวลงเนื่องจากแรงโน้มถ่วงของตัวเองดึงเข้าด้านใน
การยุบตัวตามแรงโน้มถ่วงบังคับให้สสารระหว่างดวงดาวจุดชนวนการหลอมรวม
ตอนนี้นักวิทยาศาสตร์บางคนกล่าวว่าจักรวาลไม่มีอะไรนอกจากภาพลวงตา
เหตุใดและเพื่อวัตถุประสงค์ใดสิ่งมีชีวิตจึงมาไม่มีทางออก
อนุภาคพระเจ้าและสมการพระเจ้ายังคงเป็นความฝันอันไกลโพ้น
เพื่อค้นหาพระเจ้าแม้ว่าพระเจ้าจะมีอยู่จริงแต่ก็บางมาก
การดำรงอยู่ของเรามาเพื่ออะไรบางอย่างหรือไม่มีอะไรเป็นเพียงความน่าจะเป็น
สิ่งที่ดีคือกองกำลังพื้นฐานไม่ได้ทำให้เกิดความแตกแยก

การทำงานหลายอย่างไม่ใช่การรักษา

สมาร์ทโฟนสามารถทำกิจกรรมได้มากมายแต่ก็ไม่ใช่สิ่งมีชีวิต
ต้นไม้สามารถทำสิ่งเดียวที่เรียกว่าการสังเคราะห์ด้วยแสงแต่มันเป็นสิ่งมีชีวิต
การทำงานหลายอย่างเพียงอย่างเดียวไม่สามารถทำให้ใครบางคนหรือสิ่งที่เหนือกว่าสำหรับการดำรงอยู่ได้
ต้นไม้เป็นแหล่งอาหารและออกซิเจนแต่เพียงผู้เดียวแต่ต่อต้านการโค่นต้นไม้ไม่มีการต่อต้าน
ต้นไม้หลายล้านต้นถูกตัดทุกปีเพื่อการเกษตรและที่อยู่อาศัย
แต่แหล่งทางเลือกของคลอโรฟิลล์ในการผลิตอาหารนักวิทยาศาสตร์ไม่ได้เสนอ
ในการสัมมนาและการประชุมเชิงปฏิบัติการปัญหาการตัดต้นไม้จะถูกกำจัดอย่างชาญฉลาด
ด้วยเหตุนี้ภัยพิบัติที่มากขึ้นเรื่อยๆธรรมชาติจะค่อยๆกำหนด
ภาวะโลกร้อนไม่ว่าจะเป็นสมาร์ทโฟนหรือปัญญาประดิษฐ์ก็ไม่สามารถลด
เพื่อเติมเต็มป่าที่ถูกทำลายต้นกล้ามากขึ้นเรื่อยๆมนุษย์ต้องผลิต

มนุษย์อมตะ

สัตว์ไม่รับรู้และรู้สึกว่าพวกมันเป็นมนุษย์
สัญชาตญาณของพวกมันเป็นสัญชาตญาณของสัตว์เพื่อตอบสนองอวัยวะ
มนุษย์ส่วนใหญ่ยังไม่ทราบว่าพวกเขาเป็นมนุษย์
นั่นคือเหตุผลที่ผู้คนโลภทุจริตและทำสงคราม
วัตถุประสงค์พื้นฐานของการใช้ชีวิตในสังคมตอนนี้อ่อนแอลง
ตอนนี้มีคนน้อยลงทุกวันที่กำลังจะตายเพราะความหิวโหย
ขณะนี้มีผู้เสียชีวิตจากความรุนแรงและสงครามมากขึ้นเรื่อยๆ
ราวกับว่าเพื่อสัญชาตญาณการต่อสู้ขั้นพื้นฐานสัตว์สูงสุดก็ยอมจำนนเช่นกัน
เช่นเดียวกับสุนัขและแมวผู้คนก็เริ่มทนไม่ไหวกับเพื่อนบ้านเช่นกัน
เว้นแต่ผู้คนจะตระหนักว่าเขาเป็นมนุษย์และในโลกนี้มีเวลาจำกัด
เขาจะยังคงเห็นแก่ตัวโลภและอาชญากรรมสำหรับเขาไม่เป็นไร
โดยเบ็ดหรือหลังค่อมมนุษย์พยายามที่จะได้มาซึ่งความมั่งคั่งเป็นเวลาหลายพันปี
นอกจากนี้เขายังพยายามอย่างมากเพื่อปกป้องร่างกายของเขาเนื่องจากเป็นที่รักมาก
เมื่อเขากำลังจะตายแม้ในขณะนั้นคนส่วนใหญ่ก็ยังไม่ตระหนักถึงความจริง
เช่นเดียวกับผึ้งของรังผึ้งมันล้มลงและตายทิ้งน้ำผึ้งไว้ให้คนอื่นกิน

มิติที่แปลกประหลาด

มิติเวลามันแปลกจริงๆ
สัมพัทธภาพเท่านั้นที่สามารถเปลี่ยนแปลงได้
คนที่ไม่ได้ใช้งานและไม่ประสบความสำเร็จไม่มีเวลา
สำหรับความสำเร็จยี่สิบสี่ชั่วโมงก็ไม่เป็นไร
ใครคิดว่าพวกเขาจะไม่มีวันตายขาดแคลนเสมอ
แต่ใครจะคิดว่าคืนนี้ฉันอาจตายมีอะไรมากมายในที่เก็บของพวกเขา
เวลาไม่เคยแบ่งแยกระหว่างคนรวยและคนจน
วรรณะความเชื่อศาสนาไม่มีอะไรสำคัญในแก่นของกาลเวลา
สำหรับทุกคนความเร็วของเวลาเท่ากันและเท่ากัน
เพื่อให้รอยเท้าของคุณตรงเวลาเราต้องเล่นเกมให้ทันเวลา

ชีวิตคือการต่อสู้อย่างต่อเนื่อง

ชีวิตเป็นหนทางแห่งการต่อสู้อย่างต่อเนื่องเสมอ
ทุกช่วงเวลาที่เราต้องเผชิญกับปัญหา
อุปสรรคอาจเล็กใหญ่หรือน่ากลัว
ภายใต้ความกดดันจงหนักแน่นและอย่าคาดเข็มขัดนิรภัย
หากคุณหยุดต่อสู้คุณจะกลายเป็นเศษซากปรักหักพัง
หากจำเป็นให้เลื่อนไปข้างหลังและเลี้ยงลูก
วินาทีต่อไปคุณจะเห็นความคืบหน้าของคุณ
เผชิญหน้ากับทุกปัญหาด้วยความกล้าหาญแต่ต้องอ่อนน้อมถ่อมตน
ด้วยความมั่นใจความสามารถในการเอาชนะปัญหาจะเพิ่มขึ้นเป็นสองเท่า
อย่าลืมว่าชีวิตสั้นเกินไปเหมือนฟองอากาศ

บินสูงขึ้นและสูงขึ้นสัมผัสความเป็นจริง

เมื่อเรามองจากบนท้องฟ้า
บ้านหลังใหญ่เล็กลงเรื่อยๆ
มนุษย์กลายเป็นสิ่งที่มองไม่เห็นเหมือนแบคทีเรีย
แต่มันก็มีอยู่อย่างที่เป็นอยู่ตอนที่เราเริ่มบิน
เรายังคงเห็นสิ่งเหล่านั้นโดยใช้กล้องโทรทรรศน์ที่ทรงพลัง
เฉพาะตำแหน่งของเราเท่านั้นที่สัมพันธ์กับยานอวกาศ
การเพิกเฉยต่อสิ่งต่างๆจากที่สูงเป็นเรื่องง่ายสำหรับจิตใจ
ขยายความคิดของคุณไปยังระดับที่สูงขึ้นขยายความคิดของคุณ
สิ่งเล็กๆน้อยๆที่คุณจะไม่มีวันได้พบเจอ
คนที่มองโลกในแง่ลบจะไม่มีวันมาทักทาย
ด้วยจิตใจที่ขยายใหญ่ขึ้นและมีพลังเพียงแค่บิน
และเพื่อเก็บน้ำหวานจากดอกไม้สู่ดอกไม้ลอง
เพลิดเพลินไปกับกลิ่นหอมของดอกกุหลาบดอกมะลิและอีกมากมาย
วันหนึ่งมิฉะนั้นคุณจะตายเก็บทุกอย่างไว้ในร้าน
ดังนั้นทำไมไม่บินและบินและเพลิดเพลินกับน้ำผึ้งโลกเป็นของคุณ

เพื่อรับมือกับชีวิต

เพื่อรับมือกับชีวิตความโลภของขนไม่เพียงพอ
สำหรับผู้สูงอายุเทคโนโลยีสมัยใหม่นั้นยาก
เทคโนโลยีในวันนี้ล้าสมัยไปแล้วในวันถัดไป
สิ่งที่จะเกิดขึ้นในเดือนหน้าแม้แต่นักเทคโนโลยีก็ไม่สามารถพูดได้
สมองของมนุษย์มีความสามารถที่จำกัดในการดูดซับข้อมูลและเก็บรักษา
ความรู้เกี่ยวกับดีเอ็นเอของมนุษย์มาจากสายวิวัฒนาการ
เช่นเดียวกับหุ่นยนต์ความฉลาดไม่สามารถติดตั้งในสมองของมนุษย์ได้
ต้องใช้เวลาและความอดทนอย่างมากเด็กจึงจะฝึกได้อย่างเหมาะสม
หากปัญญาประดิษฐ์ถูกหลอมรวมเข้ากับจิตสำนึกและอารมณ์
จะไม่มีวัตถุประสงค์ของการปรับปรุงทางชีวภาพและวิวัฒนาการ
สิ่งนี้อาจนำไปสู่การเสื่อมโทรมของสมองมนุษย์และความเสื่อมโทรมของมนุษยชาติ
เพื่อให้ชีวิตมนุษย์สะดวกสบายยิ่งขึ้น AI อาจไม่ใช่ทางออกที่ดีที่สุด

เราเป็นกองอะตอมเท่านั้นหรือ?

เราเป็นกองโปรตอนนิวตรอนอิเล็กตรอนและอนุภาคพื้นฐานหรือไม่?
หินทะเลมหาสมุทรเมฆต้นไม้และสัตว์อื่นๆก็เป็นกองหินเช่นกัน
แล้วทำไมบางกองจึงได้รับการหายใจชีวิตและจิตสำนึก
ในการรวมกันของอะตอมเดียวกันบางชีวิตไร้เดียงสาและอันตรายบางอย่าง
ไม่มีคำตอบทั้งจากอนุภาคพระเจ้าหรือการทดลองกรีดสองครั้ง
เหตุใดอนุภาคทั้งสองจึงพันกันแม้ว่าจะแยกจากกันหลายพันล้านไมล์
เราเพียงแต่สังเกตผลกระทบสะสมของการรวมกันของอะตอมหรือไม่?
แต่ถึงกระนั้นเราก็ยังเดินอยู่ในความมืดเกี่ยวกับคำถามพื้นฐาน
ผู้ทรงอำนาจสามารถถูกขังกรงและเนรเทศโดยวิทยาศาสตร์ได้เฉพาะเมื่อพวกเขาให้ทางออกที่สมบูรณ์แบบแก่เรา

เวลาคือความเสื่อมหรือความก้าวหน้าโดยไม่มีอยู่จริง

เวลาไม่มีค่าอะไรแต่กระบวนการเสื่อมสลายหรือความก้าวหน้าอย่างต่อเนื่อง
ด้วยตัวของมันเองเวลาไม่มีตัวตนและไม่มีสิ่งใดที่เวลาสามารถครอบครองได้
เวลาอาจไม่ไหลจากอดีตสู่ปัจจุบันสู่อนาคต
เพื่อให้เข้าใจถึงเวลาในลักษณะดังกล่าวคือธรรมชาติของสมองของเรา
เต่าแม้จะผ่านไปสามร้อยปีก็ไม่รู้อดีต
สำหรับอนาคตวาฬอายุสองร้อยปีไม่เคยวางแผนหรือสร้างความไว้วางใจ
การวัดเวลาเป็นกระบวนการที่สัมพันธ์กันเพื่อระบุกระบวนการสลายตัวที่ช้า
แต่เป็นเวลาหลายล้านปีที่ภูเขาและมหาสมุทรอยู่อย่างมั่นคง
สมองของมนุษย์ไม่สามารถเข้าใจเวลาผ่านไปร้อยยี่สิบปี
เวลาไม่ได้ไหลเวียนแต่เพื่อความเสื่อมโทรมจิตใจของเรามีแต่ความกลัว:
วันนี้มาเชียร์กันเถอะ

ฟาโรห์

ฟาโรห์แห่งอียิปต์นั้นฉลาดและสมจริง

พวกเขารู้ดีว่าช่วงเวลาใดก็ตามที่ชีวิตอาจหยุดนิ่ง

ฟาโรห์เริ่มสร้างพีระมิดทันทีหลังพิธีราชาภิเษก

สำหรับพวกเขาที่พยายามจะเป็นอมตะไม่ใช่วิธีแก้ปัญหาในทางปฏิบัติ

พวกเขาไม่เคยคาดคิดเลยว่าคนที่รักจะสร้างอนุสาวรีย์

การสร้างหลุมฝังศพของตัวเองในช่วงอายุการใช้งานมีความเกี่ยวข้องมากขึ้น

ในอินเดียก็เช่นกันในสมัยโบราณคนชราจะไปที่เทือกเขาหิมาลัยเพื่อต้อนรับความตาย

หลังจากชนะสงครามมหาภารตะพวกพันดาวาสก็เดินไปตามเส้นทางเดียวกัน

นักปราชญ์จำนวนมากได้ลองใช้กลอุบายต่างๆและวิธีที่จะเป็นอมตะ

แต่ตระหนักถึงความเป็นจริงความตายเป็นความจริงสุดท้ายและประพฤติอย่างมีเหตุผล

โลกโฉบเฉี่ยว

โลกอันเป็นที่รักของเราเป็นดาวเคราะห์โดดเดี่ยวในระบบสุริยะ
เหมาะสำหรับการอยู่อาศัยและสิ่งมีชีวิตทางชีวภาพที่มีออกซิเจน
วิวัฒนาการหลายล้านปีทำให้เราเป็นมนุษย์ที่มีสติสัมปชัญญะ
แต่ในโลกที่โดดเดี่ยวสำหรับมนุษย์มีความเหงา
อาจมีมนุษย์โฮโมเซเปียนแปดพันล้านคนที่ยังมีชีวิตอยู่ในโลก
บุคคลเป็นคนโดดเดี่ยวในชีวิตแม้ว่าจะร่ำรวยและฉลาดแล้วก็ตาม
เราเป็นสัตว์สังคมที่เรามักจะอ้างว่าแต่จริงๆแล้วความเห็นแก่ตัวเป็นเกม
ความโลภอัตตาและความเหนือกว่าของจิตใจทำให้เราเหงา
ทุกคนยังรู้ว่าลำพังพวกเขาจะต้องเดินทางครั้งสุดท้าย

ทำไมเราถึงต้องการสงคราม?

ทำไมเราต้องทำสงครามในยุคปัจจุบัน
ลัทธิคอมมิวนิสต์เกือบตายไปแล้ว
การเลือกปฏิบัติทางเชื้อชาติกำลังชะลอตัวลง
มลพิษและการทำลายธรรมชาติอยู่ในระดับสูงสุด
เทคโนโลยีคือการผสมผสานผู้คนจากทุกเชื้อชาติและศาสนา
แต่เนื่องจากความคิดที่ทำลายล้างอนาคตของอารยธรรมจึงมืดมน
ดีเอ็นเอของมนุษย์ในการอุ่นอาหารเป็นผู้นำเสมอ
ดีเอ็นเอที่ทำให้เกิดสันติภาพในร่างกายมนุษย์อ่อนแอเกินไป
ทั้งพระเจ้าและวิทยาศาสตร์ไม่ประสบความสำเร็จในการหยุดสงครามและฆ่า
ประเทศที่พัฒนาแล้วยังคงยุ่งอยู่กับการขายอาวุธ
ประเทศที่ยากจนและโง่เขลากลายเป็นสนามรบ
ทุกครั้งที่มีความกลัวว่าจะเกิดระเบิดนิวเคลียร์ที่ใหญ่ที่สุด

ละทิ้งสันติภาพของโลกอย่างถาวร

เมื่อหลายพันปีก่อนท่านสอนให้เรารู้จักการไม่ใช้ความรุนแรง
เขาตระหนักถึงความสำคัญของความสงบและความเงียบ
แต่ในฐานะผู้ติดตามพระพุทธเจ้าเรายังคงใช้ความรุนแรงอย่างต่อเนื่อง
พระเยซูทรงสละชีวิตเพื่อหยุดการฆ่าและความโหดร้าย
ตอนนี้คำสอนของพระองค์ก็หายไปจากค่านิยมของเราอย่างเงียบๆ
เทคโนโลยียังล้มเหลวในการรวมมนุษย์เข้าด้วยกันอย่างถาวร
สันติสุขและภราดรภาพอย่างถาวรยังคงเป็นความฝันอันไกลโพ้น
เพื่อเริ่มต้นความรุนแรงต่อวรรณะเชื้อชาติและศาสนาทุกคนมีความกระตือรีอรัน
การพัวพันเชิงควอนตัมล้มเหลวในการอธิบายความเกลียดชังความโลภความอิจฉาริษยาและอัตตา
เว้นแต่การแก้ปัญหาจะมาจากเทคโนโลยีโลกแห่งสันติภาพถาวรจะต้องละทิ้งไป

ลิงก์ที่หายไป

คุณไม่สามารถกินเค้กและมีมันได้เช่นกัน
นี่ผิดกฎของธรรมชาติ
ทั้งคุณไม่สามารถไปที่อดีตและอนาคตของคุณได้
เชื่อว่าทั้งพระเจ้าและดาร์วินเป็นคนหน้าซื่อใจคด
ทั้งสมมติฐานไม่สามารถเป็นความจริงที่เราทุกคนรู้
แต่เพื่อตอบคำถามต่อข้อสรุปเชิงตรรกะเราช้า
ผู้คนตีความทั้งสมมติฐานตามความสะดวกสบาย
แต่สมมติฐานดังกล่าวไม่สามารถเป็นจริงหรือวิทยาศาสตร์
ลิงก์ที่หายไปของดาร์วินยังคงหายไป
นั่นคือเหตุผลที่ผู้คนส่วนใหญ่สวดอ้อนวอนพระผู้เป็นเจ้าและแสวงหาพร

สมการพระผู้เป็นเจ้าไม่เพียงพอ

แทนที่จะตายในกล่องแมวก็ออกมาพร้อมกับลูกแมว
ไม่มีใครสังเกตเห็นหรือทดสอบแมวเกี่ยวกับการตั้งครรภ์ของเธอ
Schrödinger ใส่แมวไว้ในกล่องโดยไม่มีการสังเกตนาที
ความไม่แน่นอนเกี่ยวกับการคาดการณ์มีความซับซ้อนมากขึ้น
ไม่ว่าแมวจะตายหรือมีชีวิตอยู่ไม่ใช่คำถามเดียว
ฟิสิกส์ควอนตัมต้องให้ความเห็นและวิธีแก้ปัญหามากเกินไป
แมวอาจให้กำเนิดทารกหลายคน
มีผู้เสียชีวิตไม่กี่รายในขณะที่เปิดกล่องและมีผู้เสียชีวิตไม่กี่ราย
คำตอบของสมการพระผู้เป็นเจ้าและอนุภาคพระผู้เป็นเจ้าไม่เพียงพอ
การไขข้อข้องใจเกี่ยวกับการดำรงอยู่ของจักรวาลเป็นเรื่องที่ยากมาก

ความเสมอภาคของผู้หญิง

พวกเขาทำร้ายผู้หญิงคนเดียวในนามของความสุข

บางครั้งสามบางครั้งสี่และบางครั้งมากกว่านั้น

สัญชาตญาณของสัตว์ในรูปแบบที่เลวร้ายที่สุดที่จะบดขยี้ femme fatale

สำหรับเงินในนามของเสรีภาพทางแพ่งจิตวิญญาณของผู้หญิงถูกทำลาย

และพวกเขาอ้างว่าเป็นผู้ถือคบเพลิงของมนุษยชาติและอารยธรรม

ในกระบวนการคิดของประชาชนไม่มีความเป็นเหตุเป็นผลและทันสมัย

ปรับทุกอย่างให้เหมาะสมภายใต้ความซับซ้อนที่เหนือกว่าอัตตาและความเต็มใจ

และอ้างความเท่าเทียมกันของผู้หญิงในดินแดนและวัฒนธรรมของพวกเขา

เมื่อคุณยกม่านขึ้นคุณจะเห็นความจริงที่คอของการค้ามนุษย์หญิง

การแสวงประโยชน์จากสัญชาตญาณของสัตว์ความโหดร้ายการปฏิบัติอย่างไร้มนุษยธรรมกำลังกะพริบตา

ไม่มีที่สิ้นสุด

อนันต์ลบอนันต์ไม่ใช่ศูนย์แต่อนันต์

คำว่าอินฟินิตี้เป็นคำที่แปลกสำหรับมนุษยชาติ

แนวคิดของอนันต์ถูกจำกัดไว้เฉพาะกับโฮโมเซเปียนส์

สิ่งมีชีวิตอื่นๆทั้งหมดไม่ได้ใส่ใจเกี่ยวกับจักรวาลที่ไม่มีที่สิ้นสุด

แนวคิดของความไม่มีที่สิ้นสุดในหมู่มนุษย์มีความหลากหลาย

จำนวนตัวเลขสิ้นสุดลงอย่างไม่มีที่สิ้นสุดเนื่องจากสมองของเราไม่สามารถเข้าใจได้

แต่สำหรับดาราจักรและดวงดาวอนันต์หมายถึงไร้ขอบเขต

นอกเหนือจากขอบเขตสมองและนักวิทยาศาสตร์ของเราไม่สามารถติดตามได้

เมื่อแนวคิดของพระผู้เป็นเจ้ามาถึงอนันต์มีฐานเอกพจน์

หากไม่มีอนันต์คณิตศาสตร์และฟิสิกส์จะเข้าสู่ขีดจำกัด

นอกเหนือจากทางช้างเผือก

จักรวาลหรือจักรวาลใหญ่แค่ไหนเกินกว่าความเข้าใจของสมองมนุษย์

อุปสรรคของความเร็วเวลาจะทำให้เราอยู่ในกาแล็กซีทางช้างเผือกในพื้นที่ของเรา

แม้แต่ทางช้างเผือกก็กว้างใหญ่มากจนการสำรวจทุกซอกทุกมุมเป็นไปไม่ได้

ด้วยความผิดศีลธรรมของชีวิตมนุษย์โดยวิทยาศาสตร์และปัญญาประดิษฐ์ก็จะสั้นเช่นกัน

ก่อนที่จะเสร็จสิ้นการสำรวจและการเดินทางดวงอาทิตย์ของเราเองจะสลัวและตายลงตลอดไป

การพยายามสำรวจนอกกาแล็กซีทางช้างเผือกด้วยมิติเวลาเป็นเรื่องไร้สาระ

ในการทำเช่นนั้นชีวิตของเราต้องอยู่นอกขอบเขตของพื้นที่และเวลา

การมีอยู่ของสสารและกาแล็กซีที่ไม่มีที่สิ้นสุดนี้เกิดขึ้นได้อย่างไรเป็นเกมที่แปลก

เรายังคงอยู่ในความมืดเกี่ยวกับสสารมืดของจักรวาลและมันมาจากไหน

การเดินทางของดาราศาสตร์และการสำรวจทางช้างเผือก a

จะยาวนานเป็นอนันต์

มีความสุขกับรางวัลชมเชยและก้าวต่อไป

ไม่มีอะไรเป็นไม่มีอะไรเป็นและไม่มีอะไรจะอยู่ในการควบคุมของฉัน
แต่ฉันก็พอใจกับรางวัลรวมอยู่เสมอ
ทุกครั้งที่ฉันลุกขึ้นยืนซ้ำแล้วซ้ำเล่าแม้ว่าจะล้มลงแล้วก็ตาม
ไม่เคยขอความช่วยเหลือจากกษัตริย์หรือเพื่อนฝูงเพื่อให้ฉันอยู่ในเส้นทาง
ฉันมีความมั่นใจในตัวเองและความสามารถของฉันเท่านั้น
หลายคนพยายามดึงผมลงมาครั้งแล้วครั้งเล่า
ผมหัวเราะเยาะพวกเขาเพราะความพยายามของพวกเขาจะสูญเปล่า
ตามความปรารถนาและความพยายามของพวกเขาพวกเขาไม่เคยควบคุม
เมื่อพวกเขาไม่สามารถสร้างชีวิตของตัวเองให้มีความหมายและยิ่งใหญ่ได้
พวกเขาจะขัดขวางกิจกรรมปัจจุบันและอนาคตของฉันได้อย่างไร
พวกเขามีความสุขในการเสียเวลาอันมีค่าไปกับชีวิต
การนินทาและการดึงขาเป็นเพื่อนชายที่ไม่ได้ใช้งานเหมือนมีดที่ไร้ประโยชน์

โควิด-19 ล้มไม่ได้

โควิด 19 ล้มเหลวในการรัดเข็มขัดอารยธรรมและจิตวิญญาณของมนุษย์
ดังนั้นผู้คนจึงลืมความหายนะที่มนุษยชาติต้องเผชิญไปอย่างรวดเร็ว
ตอนนี้ไม่มีใครจำผู้ที่สูญเสียชีวิตอย่างกะทันหันได้แล้ว
ผู้คนยุ่งเกินไปในชีวิตประจำวันของพวกเขาอีกครั้งไม่มีเวลามองย้อนกลับไป
ความโลภอัตตาความเกลียดชังและความหึงหวงของมนุษย์ยังคงอยู่อย่างที่เป็นอยู่
ไม่มีการเรียนรู้บทเรียนร่วมกันในฐานะสังคมหรือกลุ่มคน
กรอบความคิดของมนุษย์นี้แปลกและน่าประหลาดใจจริงๆ
ข้อดีคือการแสดงจะดำเนินต่อไปโดยไม่มีการหยุดชะงัก
เพื่อความอยู่รอดในภัยพิบัติที่เลวร้ายที่สุดสำหรับมนุษยชาตินี้เป็นทางออกที่ดีที่สุด
ให้อารยธรรมเดินหน้าต่อไปตามกฎแห่งการคัดเลือกโดยธรรมชาติ

อย่ามองโลกในแง่ไม่ดี

คุณอาจมียอดเงินคงเหลือในธนาคารไม่ดีแต่อย่ามีจิตใจย่ำแย่
ไม่ว่าจะเป็นช่วงเวลาไหนความมั่งคั่งและเงินทองคุณสามารถค้นหาได้อย่างง่ายดาย
ทัศนคติเป็นสิ่งสำคัญที่สุดในการไต่บันไดสู่ความสำเร็จ
ในทุกแพลตฟอร์มหลังจากปีนเขาคุณจะพบเพชรดิบในกล่องเต็ม
ไม่มีตะเกียงวิเศษในชีวิตจริงเหมือนในเทพนิยายคุณต้องตัดเพชรดิบ
ในบันไดขั้นถัดไปจะต้องทำการขัดเพชร
หากทัศนคติของคุณเป็นไปในทางลบคุณจะไม่สามารถไต่ระดับความสูงได้
คุณจะยังคงอยู่ที่ด้านล่างของเทือกเขาหิมาลัยในฐานะคนไร้ที่พึ่ง
เมื่อเพื่อนและเพื่อนบ้านของคุณประสบความสำเร็จคุณจะประหลาดใจ
แต่ความเจ็บปวดของพวกเขาในขณะที่รวบรวมไข่มุกจากทะเลลึกไม่มีใครตระหนักถึง

คิดให้ใหญ่แล้วลงมือทำเลย

เมื่อคุณคิดจงคิดให้ใหญ่และทำมัน
กินไอเดียดื่มไอเดียฝันถึงไอเดีย
ไม่มีอะไรสามารถหยุดคุณทำให้ความคิดของคุณเป็นจริงได้
ทำงานหนักด้วยความทุ่มเทและยืนหยัดในความคิดของคุณอย่างมั่นคง
ไปนอนกับไอเดียและการวางแผนที่ยิ่งใหญ่ของคุณ
เส้นทางใหม่และทางออกของปัญหาจะมาในตอนเช้า
ในทุกทางแยกอาจมีข้อสงสัยและความสับสน
แต่ด้วยความเพียรคุณจะพบทางออกอย่างรวดเร็ว
อย่าละทิ้งความฝันและความคิดอันโลดโผนของคุณต้องเผชิญกับการวิพากษ์วิจารณ์
ก่อนที่คุณจะประสบความสำเร็จและไปถึงจุดสูงสุดคุณจะท้อแท้กับการเยาะเย้ยเสมอ

สมองคนเดียวไม่เพียงพอ

สมองเป็นสิ่งจำเป็นสำหรับสติปัญญาและสติสัมปชัญญะ
แต่สมองอย่างเดียวไม่เพียงพอที่จะมีอารมณ์และสติปัญญา
เซลล์ประสาทที่ปล่อยออกมาระหว่างความรักความเกลียดชังความหึงหวงมีความซับซ้อน
ความยุ่งเหยิงของจิตใจและสมองมักจะงุนงงเกินไป
สัตว์เลี้ยงลูกด้วยนมทุกตัวมีความฉลาดในลำดับและระดับที่แตกต่างกัน
ในงานบางอย่างที่มากกว่าโฮโมเซเปียนสัตว์อื่นๆสามารถเป็นเลิศได้
เรื่องราวที่แตกต่างของความเหนือกว่าที่อาณาจักรสัตว์ทุกแห่งต้องบอกเล่า
เป็นเรื่องดีที่จิตสำนึกเกี่ยวกับสวรรค์สัตว์ไม่สามารถบอกได้
นี่ไม่ได้หมายความว่ายกเว้นมนุษย์ทั้งหมดจะตกนรก
มีเพียงมนุษย์จินตนาการและการหลอกลวงเท่านั้นที่ขายได้ง่ายมาก

การนับและคณิตศาสตร์

ผู้คนรู้ถึงความแตกต่างระหว่างการกินแอปเปิ้ลหนึ่งผลกับแอปเปิ้ลสองผล
แนวคิดของความสามารถทางตัวเลขเกี่ยวข้องกับดีเอ็นเอ
สมองสามารถเข้าใจตัวเลขก่อนที่คณิตศาสตร์จะถูกค้นพบ
แม้แต่สัตว์และนกก็สามารถมองเห็นตัวเลขในสมองของพวกเขาได้เช่นกัน
ความฉลาดที่ถูกชักจูงคณิตศาสตร์สมัยใหม่ในปัจจุบันได้รับการฝึกฝน
การค้นพบคณิตศาสตร์เป็นก้าวกระโดดที่ยิ่งใหญ่สำหรับอารยธรรมมนุษย์
หากไม่มีคณิตศาสตร์ปัญหานับพันล้านจะไม่มีทางออก
หลักความสามารถทางตัวเลขและภาษาสำหรับสติปัญญาของมนุษย์
เพื่อความก้าวหน้าและความสำเร็จองค์ประกอบทั้งสองนี้มีความสำคัญ
ความฉลาดทางอารมณ์ยังมีอยู่ในยีนของมนุษย์
ประสบการณ์และสภาพแวดล้อมทำให้สติปัญญาอารมณ์แข็งแกร่งและสะอาด

หน่วยความจำไม่เพียงพอ

การจดจำข้อเท็จจริงและตัวเลขและการทำซ้ำเพียงอย่างเดียวไม่ใช่ความฉลาด

ความรู้เองไม่ใช่อำนาจแต่เป็นเพียงอาวุธสำหรับอำนาจเท่านั้น

จินตนาการและนวัตกรรมมีความสำคัญมากกว่าความจำและความรู้

ปัญญาประดิษฐ์มีความจำที่ดีกว่าที่เราต้องยอมรับและยอมรับ

แต่มันจะเป็นเรื่องยากสำหรับ AI
ที่จะเอาชนะมนุษย์ในด้านนวัตกรรมและการประดิษฐ์

เรามีจินตนาการอารมณ์และปัญญาซึ่ง AI ยังขาดอยู่

ในการแข่งขันด้านการประดิษฐ์และนวัตกรรมมนุษย์มีการสนับสนุนดีเอ็นเอในยุคของคอมพิวเตอร์และ ChatGPT
คิดให้ไกลกว่ากรอบสีดำและขอบเขต

จินตนาการและภูมิปัญญาของคุณเป็นเอกลักษณ์สำหรับคุณและทำให้มันมีปีก

ในการต่อสู้กับ AI และคอมพิวเตอร์มนุษย์จะประสบความสำเร็จในสังเวียน

ยิ่งให้มากยิ่งได้มาก

ยิ่งคุณให้กับผู้ด้อยโอกาสมากเท่าไหร่คุณก็ยิ่งได้รับมากขึ้นเท่านั้น
ความเอื้ออาทรเป็นคุณค่าของมนุษย์ที่มีลำดับสูงกว่าและยิ่งใหญ่
กฎแห่งแรงดึงดูดจะไม่อนุญาตให้ลดมูลค่าสุทธิของคุณ
กฎการเคลื่อนที่ข้อที่สามของนิวตันเป็นจริงสำหรับทุกสาขาชีวิต
กฎของธรรมชาติไหลเหมือนท่อน้ำที่ปราศจากการขัดจังหวะ
ผลของการทำความดีอาจใช้เวลาอีกเล็กน้อยในการสุกงอม
แต่ให้แน่ใจว่ามันจะมาถึงในวันหนึ่งอาจจะอยู่ในประเภทที่แตกต่างกัน
เมื่อคุณปลูกต้นแอปเปิ้ลธรรมชาติจะไม่ให้แบล็กเบอร์รี่
ผลไม้ชนิดนี้คุณไม่สามารถเปลี่ยนแปลงได้มันเป็นดินแดนของธรรมชาติเอง
เพื่อโลกใหม่ที่ดีกว่าด้วยคุณธรรมที่ดีแสดงให้เห็นถึงความเป็นน้ำหนึ่งใจเดียวกันเสมอ

การปล่อยวางและการลืมเป็นสิ่งสำคัญเท่าเทียมกัน

ชีวิตคือการรวมการทรมานร่างกายและจิตใจมากเกินไป

เนื่องจากจิตวิญญาณการต่อสู้ของ DND ของเราเรามักจะพบว่า

การทรมานทำให้ร่างกายและจิตวิญญาณของเราแข็งแกร่งขึ้นเหมือนการหลอมเหล็ก

ส่วนใหญ่ของการบาดเจ็บได้อย่างง่ายดายระบบความยืดหยุ่นของเราสามารถรักษา

การเยียวยาจิตใจอาจเป็นเรื่องยากแต่เวลาและสถานการณ์ถูกบังคับให้เคลื่อนไหว

ปัญหาที่ยากที่สุดในชีวิตก็เช่นกันวันหนึ่งเวลาสามารถแก้ไขได้

การลืมสิ่งต่างๆเป็นคุณธรรมที่ดีสำหรับการปรับสมดุลจิตวิญญาณของเรา

ในความทรงจำอันชุ่มฉ่ำชีวิตของเราจะกลายเป็นคุกและนรก

หากต้องการลืมความอัปยศอดสูและการทรมานชีวิตการปล่อยวางเป็นสิ่งสำคัญ

ปัญญาประดิษฐ์เช่นความทรงจำสำหรับสมองของมนุษย์มีศักยภาพในการทำลายล้าง

ความน่าจะเป็นควอนตัม

การดำรงอยู่ของเรากับความเป็นมรรตัยเป็นปาฏิหาริย์เพียงอย่างเดียวในจักรวาล

ไม่มีอะไรแปลกไปกว่านี้ทุกอย่างอยู่ภายใต้กฎหมายเฉพาะ

ในกาแล็กซีทั้งหมดไม่มีความไร้สาระข้อจำกัดและข้อบกพร่อง

อะตอมอนุภาคมูลฐานหรือการสลายตัวของนิวตรอนไม่ใช่เรื่องใหม่

ตั้งแต่เริ่มต้นของการก่อรูปสสารการแปรผันของฟิสิกส์มีน้อย

ทฤษฎีสัมพัทธภาพกลศาสตร์ควอนตัมอาจเป็นความรู้ใหม่ต่ออารยธรรม

แต่นานมาแล้วก่อนหน้ามนุษย์ธรรมชาติได้ทำมาตรฐานทั้งหมด

ฟิสิกส์หรือกระบวนการใดๆไม่สามารถบังคับให้โปรตอนหมุนรอบอิเล็กตรอนได้

ที่การก่อตัวของโลกวัตถุไม่มีการคัดเลือกโดยธรรมชาติ

ความรู้ทั้งหมดของเราคือความน่าจะเป็นเชิงควอนตัมและการเรียงสับเปลี่ยน

อิเล็กตรอน

จักรวาลสสารไม่เสถียรโดยธรรมชาติ
เพราะอิเล็กตรอนอยู่เงียบๆไม่ได้
อิเล็กตรอนเป็นหนึ่งในอนุภาคที่สำคัญที่สุด
แต่พฤติกรรมและคุณสมบัติไม่ใช่เรื่องง่าย
การมีอยู่ของอิเล็กตรอนในอะตอมเป็นภาษาถิ่น
ในการจับโปรตอนและนิวตรอนบทบาทของอิเล็กตรอนเป็นสิ่งสำคัญ
อาจเป็นเพราะอิเล็กตรอนที่ไม่เสถียรความวุ่นวายจึงเพิ่มขึ้นเสมอ
เอนโทรปีของจักรวาลและการสร้างสรรค์ไม่เคยลดลง
การร้องไห้ของเด็กตั้งแต่แรกเกิดผ่านดีเอ็นเอเป็นผลกระทบของอิเล็กตรอน
ความผิดปกติและความโกลาหลจะเพิ่มขึ้นทารกแรกเกิดก็สะท้อนให้เห็นเช่นกัน

นิวตริโน

นิวตริโนเป็นคู่หูของอิเล็กตรอนที่ทรงพลัง
แต่พวกเขาก็ถูกละเลยและไม่ได้รับความนิยมในฐานะคู่ค้าของพวกเขา
พวกมันถูกเรียกว่าอนุภาคผีเนื่องจากสามารถเจาะทุกสิ่งได้
ไม่มีใครรู้ว่าพวกเขาเป็นคลื่นของสตริงสั่นสะเทือนหรือไม่
นอกจากนี้เรายังไม่ทราบว่าพวกเขาได้รับมวลอย่างไรในขณะที่การเดินทางสากล
แต่ในฐานะที่เป็นอนุภาคพื้นฐานนิวตริโนมีความหมายมากมาย
นิวตริโนมีสามรสชาติที่แตกต่างกันซึ่งน่าตื่นเต้น
แม้แต่การจัดการกับอนุภาคพระเจ้าฮิกส์โบซอนนิวตริโนก็มีเล่ห์เหลี่ยม
นิวตริโนมาจากดวงอาทิตย์และด้วยรังสีคอสมิก
ฟิสิกส์อนุภาคต้องไปไกลเกี่ยวกับนิวตริโนผีที่จะพูด

พระผู้เป็นเจ้าทรงเป็นผู้จัดการที่ไม่ดี

พระเจ้าทรงเป็นนักฟิสิกส์ที่ยอดเยี่ยมและวิศวกรที่ดีมาก
แต่เขาเป็นครูการจัดการที่ไม่ดีและหมอที่ไม่ดี
การบริหารจัดการของโลกไม่ดีมากกับความขัดแย้ง
การเคลื่อนไหวของมนุษย์ผ่านวีซ่าที่เขาจำกัด
ไม่มีข้อจำกัดสำหรับสัตว์และนกที่มีลำดับต่ำกว่าไม่ทราบเหตุผล
แต่เขาแสดงความเมตตาต่อสัตว์น้อยลง
เด็กๆถูกฆ่าตายในสงครามและโดยพวกหัวรุนแรงทุกวัน
แต่เพื่อหยุดความโหดร้ายเหล่านั้นต่อสัตว์ตัวโปรดของเขาเขาไม่เคยพูดว่า
ผู้คนหลายล้านคนเสียชีวิตทุกปีด้วยความทุกข์ทรมานจากโรคที่รักษาไม่หาย
แพทย์ทำเงินได้มากและกิจกรรมเหล่านี้ของพระเจ้าที่พวกเขายกย่อง
วิศวกรสร้างนวัตกรรมโดยไม่ต้องคิดมากเกี่ยวกับผลที่ตามมา
ในนามของการช่วยชีวิตบ่อยครั้งที่แพทย์ทำผิดพลาดตามลำดับ

ฟิสิกส์คือบิดาแห่งวิศวกรรม

ฟิสิกส์เป็นบิดาแห่งสาขาวิชาวิศวกรรมทั้งหมด

ไฟฟ้าเป็นบิดาของอุปกรณ์อิเล็กทรอนิกส์แต่ทั้งสองอย่างไม่ใช่เรื่องง่าย

เครื่องกลเป็นบิดาแห่งวิศวกรรมการผลิต

สำหรับการโต้แย้งข้อเรียกร้องของความเป็นพ่อเมคคาทรอนิกส์กำลังทุกข์ท
รมาน

วิศวกรรมโยธามีลูกบุญธรรมจำนวนมากที่ไม่มีการเชื่อมโยงดีเอ็นเอ

วิศวกรรมเคมีไม่ว่างโมเลกุลคิดอย่างไร

เด็กที่อายุน้อยที่สุดของฟิสิกส์วิทยาการคอมพิวเตอร์ในขณะนี้เป็นกษัตริย์

พวกเขาเคาะออกวิศวกรรมทั้งหมดที่จะเรียกร้องบัลลังก์ในแหวน

สมาร์ทโฟนและควอนตัมคอมพิวติ้งจะช่วยให้พวกเขาปกครองได้อีกไม่กี่ปี

เมื่อปัญญาประดิษฐ์ทำงานร่วมกับสมองทุกคนจะส่งเสียงเชียร์

ความรู้เกี่ยวกับอะตอมของผู้คน

ความรู้ของคนทั่วไปเกี่ยวกับอะตอมลงท้ายด้วยอิเล็กตรอน
พวกเขาพอใจกับความรู้เกี่ยวกับโปรตอนและนิวตรอน
พวกเขาไม่จำเป็นต้องกังวลเกี่ยวกับโฟตอนโพสิตรอนหรือโบซอน
ผู้คนพึงพอใจกับความรู้เกี่ยวกับโซลูชันการล้มของแอปเปิ้ล
ในกระบวนการค่าใช้จ่ายของแอปเปิ้ลกำลังเพิ่มขึ้นเนื่องจากประชากร
คอมพิวเตอร์และสมาร์ทโฟนช่วยในการเพิ่มพูนความรู้
แต่ผู้คนกำลังใช้พวกเขาเพื่อผ่านเวลาและเพื่อนร่วมทางเพื่อความบันเทิง
หนังสือมีบทบาทที่ดีกว่าในการแพร่กระจายเกี่ยวกับอิเล็กตรอนนิวตรอนและโปรตอน
แม้ว่าจะมี Google และวิกิพีเดียอยู่ในมือแต่ก็ไม่รู้จักโบซอน
เทคโนโลยีถูกนำมาใช้เพื่อพิสูจน์ศาสนาที่ล้าสมัยมากขึ้นเรื่อยๆ

อิเล็กตรอนที่ไม่เสถียร

การทำงานของคลื่นจะพังทลายลงโดยที่เราไม่รู้ตัวและไม่สามารถสังเกตเห็นได้

อิเล็กตรอนปล่อยพลังงานให้คงอยู่ในวงโคจรในรูปของโฟตอน

สำหรับการไม่ยุบตัวของอิเล็กตรอนหลักการยกเว้นของ Pauli
คือสารละลาย

อิเล็กตรอนมีความน่าจะเป็นที่จะขุ่นในนิวเคลียสเกินกว่าการกำหนด

หลักการความไม่แน่นอนของไฮเซนเบิร์กพยายามพูดถึงสถานะที่ไม่แน่นอน

โครงสร้างอะตอมเป็นภาชนะบรรจุสำหรับอิเล็กตรอนเพื่อหมุนรอบนิวเคลียส

อิเล็กตรอนอิสระสูญเสียพลังงานเพื่อทำให้อะตอมเสถียรในธรรมชาติ

แต่เป็นไปไม่ได้ที่อิเล็กตรอนจะชอบสิ่งนี้ในระบบตลอดไป

เนื่องจากแรงโน้มถ่วงเมื่อโปรตอนจับอิเล็กตรอนมันจะกลายเป็นนิวตรอน

ในที่สุดทุกอย่างก็พังทลายลงสู่หลุมดำในกาแล็กซี่เกินจินตนาการของเรา

แรงพื้นฐาน

แรงโน้มถ่วงแม่เหล็กไฟฟ้าแรงนิวเคลียร์ที่แข็งแกร่งและอ่อนแอเป็นพื้นฐานทั้งสี่คือเอกภพและกาแล็กซีที่ควบคุมและควบคุมแหล่งที่มา

ไม่มีวัสดุใดที่จะดำรงอยู่ได้หากไม่มีแรงพื้นฐานเหล่านี้

แรงนิวเคลียร์ที่แข็งแกร่งและอ่อนแอเป็นแหล่งพันธะของอะตอม

หากไม่มีแรงโน้มถ่วงดาวฤกษ์ดาวเคราะห์และกาแลคซีจะเข้าสู่เส้นทางที่ชนกัน

แม่เหล็กไฟฟ้าเป็นพื้นฐานสำหรับการทำงานของสมองและการสื่อสารของเรา

เนื่องจากกองกำลังทั้งสี่นี้จึงมีการรวมกันของดาวเคราะห์

เหตุใดและกองกำลังเหล่านี้จึงยากที่จะพูดได้อย่างมั่นใจ

การยึดติดของอะตอมหลังจากบิ๊กแบงเกิดขึ้นเพราะแรงเหล่านี้อย่างช้าๆ

ในระหว่างการระบายความร้อนหลังจากบิ๊กแบงกองกำลังเหล่านี้ทำให้ทุกอย่างเป็นระเบียบ

จุดประสงค์ของโฮโมเซเปียนส์

หลายพันล้านปีที่ไม่มีจุดประสงค์ของสิ่งมีชีวิตในโลก
ทันใดนั้นเมื่อประมาณหมื่นปีที่แล้วจุดประสงค์เพื่อมนุษย์ก็มาถึง?
ไม่มีสิ่งมีชีวิตใดรู้จุดประสงค์ของพวกมันในโลกที่มีแสงแดด
แต่ด้วยแสงอาทิตย์ดาวเคราะห์ที่มนุษย์เรียกว่าโลกนั้นสว่างไสว
ลิงบรรพบุรุษและลิงชิมแปนซีของเรารักษาโลกนี้ให้ถูกต้อง
เมื่อมนุษย์ตระหนักถึงสติปัญญาของพวกเขาพวกเขาอ้างวัตถุประสงค์
สัตว์อื่นๆทั้งหมดเป็นคนรับใช้ของพวกเขาโฮโมเซเปียนส์คาดว่า
จุดประสงค์ของมนุษย์อาจเป็นจินตนาการของพวกเขาเอง
เพื่อยอมรับสมมติฐานวัตถุประสงค์ไม่มีวิธีแก้ปัญหาทางวิทยาศาสตร์
ทฤษฎีการคัดเลือกโดยธรรมชาติของดาร์วินขัดแย้งกับแนวคิดวัตถุประสงค์
แต่เนื่องจากการคัดเลือกโดยธรรมชาติมีลิงก์หายไปคนส่วนใหญ่จึงยอมรับ

ก่อนที่ลิงก์จะหายไป

ก่อนที่การเชื่อมโยงที่ขาดหายไปในกระบวนการวิวัฒนาการ
วิวัฒนาการประสบความสำเร็จอย่างก้าวกระโดดอีกครั้ง
มันคือการแยก X - โครโมโซมและ Y - โครโมโซม
สิ่งมีชีวิตที่เป็นกลางทางเพศก็สามารถสืบพันธุ์ได้เช่นกัน
สำหรับการมีเพศสัมพันธ์และการสืบพันธุ์โครโมโซมที่เป็นกลางไม่จำเป็นต้องยั่วยวน
ความแตกต่างทางเพศผ่านโครโมโซมทำให้เกิดความไม่เท่าเทียมกัน
รหัสดีเอ็นเอแยกกันสองรหัสของชายและหญิงปรากฏขึ้นอย่างมั่นคง
ความแตกต่างทางเพศคือความสามารถในการสืบพันธุ์ที่ดีขึ้น
หรือเป็นการทำให้วิวัฒนาการของความเรียบง่ายในการสร้างสิ่งมีชีวิตในลำดับที่สูงขึ้น?
ทั้ง X - โครโมโซมและ Y - โครโมโซมเป็นกองอะตอม
แต่ลักษณะของพวกเขาคุณสมบัติแตกต่างกันและสุ่ม
เช่นเดียวกับลิงค์ที่ขาดหายไปเหตุผลและวิธีการแยกความแตกต่างทางเพศเราไม่มีทางออก

อาดัมกับเอวา

อาดัมกับเอวาในตำนานแทนโครโมโซม X และ Y

การผสมพันธุ์ของทั้งสองส่งผลให้เกิดชีวิตใหม่รุ่นต่อไป

ดีเอ็นเอมีลักษณะทางพันธุกรรมและข้อมูล

ยีนมีหน้าที่ในการกลายพันธุ์และวิวัฒนาการอย่างต่อเนื่อง

ดีเอ็นเอของตัวพาข้อมูลเป็นตัวเฟลิซิเตอร์สำหรับการคัดเลือกตามธรรมชา
ติ

สติสัมปชัญญะผ่านเข้ามาในข้อมูลหรือไม่นั้นไม่ชัดเจน

การพัวพันทางควอนตัมของอนุภาคทำให้เราบ้า

ในกระบวนการพัวพันหลายคนที่เกิดมาขี้เกียจ

ภาพรวมของการรวมกันของอะตอมกับมนุษย์กับสิ่งมีชีวิตยังคงเลือนลาง

ตัวเลขจินตภาพเป็นเรื่องยาก

จำนวนจินตภาพเป็นเรื่องยากที่จะจินตนาการและเข้าใจ
ความซับซ้อนจิตใจและสมองของเราไม่สามารถเข้าใจได้ง่าย
สิ่งที่มองเห็นและสัมผัสได้สมองสามารถคลี่คลายได้อย่างง่ายดาย
การออกกำลังกายที่ยากลำบากจิตใจมักจะชอบเก็บไว้ในห้องเย็นเสมอ
นั่นคือเหตุผลที่การแสดงสิ่งที่ซับซ้อนการเปรียบเทียบนั้นกล้าหาญมาก
การเห็นและสัมผัสคือการเชื่อเป็นสัญชาตญาณพื้นฐานของมนุษย์
สำหรับฟิสิกส์จินตนาการและปรัชญามีความสนใจจำกัด
ในการสำรวจสิ่งใหม่ๆและแนวคิดจินตนาการเป็นสิ่งที่ดีที่สุด
หากไม่มีจินตนาการเป็นไปได้หรือไม่วิทยาศาสตร์ก็ไม่สามารถก้าวไปข้างหน้าได้
เมื่อคุณค้นพบหรือคิดค้นสิ่งใหม่ๆคุณจะได้รับรางวัลที่ดีเสมอ

การนับย้อนกลับ

ในด่านสุดท้ายที่จะเริ่มการแข่งขันมักจะมีการนับถอยหลังเสมอ
เพราะในขั้นตอนนี้ความกดดันทางจิตใจมีมากและเพิ่มขึ้น
ในการนับย้อนกลับศูนย์ถือเป็นจุดเริ่มต้น
ความสำเร็จหรือความล้มเหลวขั้นสุดท้ายของการเดินทางหรือการแข่งขันเป็นศูนย์ร่วมกันเท่านั้น
เมื่อคุณโตพอในเส้นทางที่ยอดเยี่ยมของชีวิต
เรียนรู้ที่จะนับย้อนกลับเพื่อความสำเร็จที่ยิ่งใหญ่กว่าหรือมากกว่า
โดยไม่ต้องนับย้อนกลับเป้าหมายสุดท้ายที่ไม่มีใครสามารถประมวลผลได้
ชีวิตมนุษย์สั้นเกินไปที่จะนับไปเรื่อยๆจนไม่มีที่สิ้นสุด
การนับถอยหลังเป็นวิธีเดียวที่จะเดินหน้าต่อไปด้วยความเป็นน้ำหนึ่งใจเดียวกัน
หากคุณล้มเหลวในการเริ่มนับถอยหลังและประสบความสำเร็จอย่าโทษโชคชะตา

ทุกคนเริ่มต้นด้วยศูนย์

เราทุกคนเกิดมาเพื่อนับด้วยเสียงร้องที่เริ่มต้นด้วยศูนย์
ในความสำเร็จที่นับไปข้างหน้ามีมากขึ้นคุณเป็นฮีโร่
เวลาไม่อนุญาตให้พวกเราส่วนใหญ่นับเกินร้อย
เมื่ออายุได้เก้าสิบผู้คนล้มเลิกความกระตือรือร้นและยอมจำนน
ที่ห้าสิบเมื่อเราอยู่ตรงกลางดีกว่าที่จะเริ่มนับถอยหลัง
มันจะช่วยให้คุณเห็นคุณค่าของชีวิตและรอยยิ้มสำหรับรางวัลของชีวิต
โดยไม่สังเกตเห็นผู้คนกำลังนับปีเดือนหรือวัน
พรุ่งนี้หลายคนจะมองไม่เห็นแสงแดดยามเช้า
หากคุณเริ่มต้นการนับไปข้างหน้าและย้อนกลับอย่างทันท่วงที
เมื่อเวลาของคุณสิ้นสุดลงคุณจะไปถึงจุดสูงสุดอย่างแน่นอน

คำถามเชิงจริยธรรม

ความรู้ประสบการณ์และความฉลาดทั้งหมดของเราได้มาด้วยตนเอง
ปัญญาประดิษฐ์จากโลกที่สังเกตได้สมองของเรายังต้องการ
ถ้าเราพยายามที่จะสัมผัสทุกอย่างเป็นการส่วนตัวเร็วเกินไปเราจะเหนื่อย
การนำความรู้จากผู้อื่นมาใช้โดยไม่มีการตรวจสอบเป็นสิ่งเทียมในธรรมชาติ
ความรู้ดังกล่าวจำนวนมากได้รับการพิสูจน์แล้วว่าผิดในอนาคต
อารมณ์เช่นความรักความเกลียดชังความโกรธยังสามารถแสร้งทำเป็นโดยสมอง
ด้วยเหตุผลต่างๆเพื่อรอยยิ้มและความสุขเทียมสมองของเราพยายามฝึก
ปัญญาประดิษฐ์เป็นส่วนหนึ่งของอารยธรรมมนุษย์เพื่อความก้าวหน้า
หากไม่มีปัญญาประดิษฐ์จะไม่ประสบความสำเร็จอย่างรวดเร็วและรวดเร็ว
การบูรณาการอัจฉริยะตามธรรมชาติและ AI เป็นงานที่ยากที่สุด
ก่อนที่จะรวมเข้ากับสมองของมนุษย์คำถามด้านจริยธรรมสังคมต้องถาม

ออล - ซิน - ทัน - คอส

ชีวิตมนุษย์คือการเดินทางสี่จตุภาคในเวลา
หากคุณสามารถทำครบทั้งสี่จตุภาคคุณจะโชคดีและสบายดี
ทุกคนต้องผ่านการเรียนรู้ตลอดยี่สิบห้าปี
การเจริญเติบโตของร่างกายทางกายภาพไปถึงจุดสิ้นสุด
ทุกคนไม่โชคดีที่ข้ามจตุภาคแรกเพราะความไม่แน่นอน
เวลาและอายุของความตายยังคงเป็นปาฏิหาริย์สำหรับมนุษยชาติ
ในจตุภาคที่สองของยี่สิบห้าปีคุณยุ่งเกินไปในการทำงาน
เพื่อค้นหาชีวิตที่ดีขึ้นและความมั่นคงในอนาคตทุกคนกำลังวิ่ง
บางคนเคลื่อนไหวคนเดียวโดยไม่มีเพื่อนร่วมทางเพื่อเพลิดเพลินกับ
จตุภาคที่สามเป็นเวลาสำหรับการรวมและการปรับแต่งที่ดี
ความรู้ทักษะและความมั่งคั่งของคุณเริ่มสะสม
เงินปันผลความสำเร็จและความสัมพันธ์ของคุณคุณเริ่มคำนวณ
ในจตุภาคที่สามคุณเป็นเจ้านายและซีอีโอที่นำคนอื่นๆ
คุณสูญเสียความอยากอาหารอย่างช้าๆเพื่อความมั่งคั่งที่มากขึ้นและก้าวต่อไป
การทำให้ตัวเองเป็นจริงและการรู้จักตัวตนภายในกลายเป็นสิ่งสำคัญมากกว่า
เมื่อคุณเข้าสู่จตุภาคที่สี่เงาของคุณจะยาวขึ้น
ร่างกายของคุณได้รับโรคมากเกินไปคุณไม่แข็งแรงอีกต่อไป
ความดันน้ำตาลและโรคอื่นๆคุณต้องควบคุมผ่านยาเม็ด
ผลข้างเคียงของยาก็เลวร้ายมากเช่นกันและอาจทำให้ผู้คนเสียชีวิตได้
บางครั้งคุณเริ่มกังวลเมื่อเห็นค่ารักษาพยาบาลของคุณ

ไม่มีใครจะมายุ่งกับการดูแลคุณทุกคนยุ่งอยู่กับจตุภาคของตัวเอง
เพื่อนของคุณส่วนใหญ่ก็จากโลกนี้ไปและเพื่อนๆก็กลายเป็นคนซ้ำซ้อน
ทำกิจกรรมของคุณในแต่ละจตุภาคอย่างมีประสิทธิภาพและชาญฉลาด
คุณจะไม่เสียใจเมื่อสิ้นสุดจตุภาคที่สี่อย่างแน่นอน

พลังแห่งไฟ

การประดิษฐ์ไฟเปลี่ยนวิถีแห่งอารยธรรมมนุษย์
มันวางรากฐานของอำนาจการยิงในการปราบปรามความขัดแย้ง
ยิ่งคุณมีพลังไฟในการปราบปรามสัตว์ที่อ่อนแอมากขึ้น
ยิ่งคุณมีความน่าจะเป็นของการขยายตัวและการอยู่รอดมากขึ้น
พลังไฟช่วยให้มนุษย์สามารถอยู่รอดและก้าวหน้าได้ดีที่สุด
เนื่องจากไฟป่าขนาดใหญ่สัตว์จำนวนมากจึงใช้เส้นทางเพื่อถดถอย
มนุษย์ยังคงมีไฟในใจทั้งด้านบวกและด้านลบ
สิ่งนี้ได้รับการพิสูจน์โดยสงครามในประวัติศาสตร์ที่กลายเป็นการทำลายล้าง
ไฟใจที่เป็นบวกยังช่วยให้มนุษย์มีความคิดสร้างสรรค์
แต่สำหรับอารยธรรมพลังไฟของเทคโนโลยีสมัยใหม่อาจพิสูจน์ได้ว่าเด็ดขาด

กลางคืนและกลางวัน

ทุกคืนที่ฉันร้องไห้
โลกยังคงขี้อาย
เพื่อคอนโซลจักรวาลไม่ได้ลอง
ความเจ็บปวดจะกลายเป็นทอด
หัวใจว่างเปล่าและแห้งแล้ง
แมลงวันสกายลาร์กที่โดดเดี่ยว
ทั้งคืนคือ
อยู่คนเดียวสักวันฉันจะตาย
สำหรับคนที่ตายไปแล้วผู้คนจะกล่าวคำอำลา
แต่เมื่อพระอาทิตย์ขึ้นจิตวิญญาณก็จะสูง
ระหว่างวันไม่มีเวลาร้องไห้
ไม่มีเหตุผลว่าทำไม
มีเพียงฉันเท่านั้นที่ต้องทำและตาย

เจตจำนงเสรีและผลลัพธ์สุดท้าย

ในการจราจรที่ติดขัดฉันมีตัวเลือกของเจตจำนงเสรีที่จะไปทางซ้ายหรือขวา
แต่ทุกครั้งที่ตัดสินใจด้วยตัวเองการเคลื่อนไหวก็คับแคบลง
ไม่ว่าจะเลี้ยวซ้ายเลี้ยวขวาหรือเลี้ยว U การเดินทางในอนาคตไม่ค่อยสดใส
ในการเคลื่อนที่ทุกๆเมตรผมถูกโชคชะตาบีบบังคับให้ต่อสู้
ด้วยความเต็มใจคู่รักที่มีความรักมาสิบปีตัดสินใจแต่งงาน
แต่เพียงผู้เดียวทำให้การแต่งงานเป็นเรื่องสนุกในฐานะการกำจัดวัชพืชปลายทาง
หลังจากสามเดือนทุกคนประหลาดใจที่เห็นพวกเขาแยกจากกัน
ชายหนุ่มขึ้นเครื่องไปต่างประเทศเพื่ออนาคตที่สดใสด้วยเจตจำนงเสรี
แต่แม้หลังจากความตั้งใจและความหวังมากมายในเที่ยวบินที่ตกเขาก็ถูกฆ่าตาย
มีความสัมพันธ์ที่ไม่แน่นอนระหว่างเจตจำนงเสรีและผลลัพธ์สุดท้าย
ทุกช่วงเวลาที่โชคชะตาหรือหลักการความไม่แน่นอนสามารถโจมตีได้

ความน่าจะเป็นควอนตัม

จักรวาลเริ่มต้นด้วยกระบวนการที่วุ่นวายของอนุภาคควอนตัม

ทุกอย่างที่ตามมาคือความน่าจะเป็นควอนตัม

ดวงดาวและท้องฟ้าอื่นๆหมุนไปตามเส้นทางโคจรอย่างเป็นระเบียบ

แต่ในภาพรวมของจักรวาลกาแลคซีมักจะตั้งใจที่จะเกิดสนิม

เอนโทรปีของจักรวาลจะต้องเพิ่มขึ้นเรื่อยๆเพื่อความอยู่รอด

เพื่ออธิบายการขยายตัวของจักรวาลพลังงานมืดเป็นสิ่งจำเป็น

ความหลากหลายเป็นอะไรแต่ความน่าจะเป็นควอนตัมโดยไม่ต้องพิสูจน์

MUT ในทุกปรัชญาศาสนาพหุภพมีรากเหง้าที่เหลือทน

ฟิสิกส์ยังมีทฤษฎีและสมมติฐานที่แตกต่างกันเกี่ยวกับต้นกำเนิดของเรา

ความจริงที่เรียบง่ายและเป็นที่สุดของความเป็นจริงจนถึงตอนนี้เป็นภาพลวงตาและไม่มีใครเห็น

ความเป็นมรรตัยและความเป็นอมตะ

ฉันมีความสุขที่ฉันเป็นมนุษย์โลกไม่กี่วันนักเดินทาง
ฉันมีความสุขมากขึ้นที่คนอื่นๆทั้งหมดเป็นอมตะและผู้ให้บริการ
เพื่อนอมตะและญาติๆจะบอกลาเมื่อฉันจากไป
จะไม่มีใครรู้ว่าต้นกำเนิดต่อไปของฉันถ้ามีฉันจะเริ่มต้นอย่างไร
หลังจากผ่านไปหนึ่งสัปดาห์ทุกคนจะลืมฉันเนื่องจากผู้คนฉลาด
พวกเขาจะยุ่งอยู่ในซูเปอร์มาร์เก็ตเติมรถเข็นในครัวเรือนของพวกเขา
ถึงอย่างนั้นเวลาก็จะผ่านไปอย่างรวดเร็วเช่นเดียวกันวันเดือนปี
เพราะความเป็นอมตะพวกเขาอาจไม่เคยเหนื่อยล้าหรือจะไม่ผุพังหรือเป็นสนิม
หลังจากผ่านไปร้อยปีบางคนอาจสังเกตเห็นศตวรรษแห่งความตายของฉัน
หลังจากพันปีหนึ่งอาจพบฉันในตาข่ายอาจกล่าวได้ว่าฉันเป็นคนร่วมสมัย
แต่ปฏิกิริยาของเขาจะไม่มีอารมณ์และชั่วขณะใดๆ
ความเป็นมรรตัยและความเป็นอมตะไปด้วยกันผู้คนไม่อยากตาย
แต่จนถึงวันสุดท้ายของชีวิตเพื่อเป็นอมตะฉันจะไม่มีวันพยายาม

สาวคลั่งแห่งทางแยก

เธอเดินเตร็ดเตร่บนทางแยกทุกวันหัวเราะยิ้มและพูดคุยกับตัวเอง
ไม่เคยสนใจว่าใครจะมาใครจะไปไม่สนใจความสนใจเลย
ไม่ใส่ใจเกี่ยวกับชุดสกปรกของเธอใบหน้าที่ไม่มีเครื่องสำอางและผมที่เป็นฝุ่น
หากการยิ้มและการหัวเราะเป็นสัญญาณของความสุขเธอจะต้องมีความสุขและเป็นเกย์
เธอยังต้องเป็นกองโปรตอนนิวตรอนอิเล็กตรอนและอนุภาคพื้นฐานอื่นๆ
ตามกฎการเคลื่อนที่แม่เหล็กไฟฟ้าแรงโน้มถ่วงและกลศาสตร์ควอนตัมเดียวกัน
แต่มันแตกต่างออกไปอาจเป็นพฤติกรรมที่ไม่ปกติของอิเล็กตรอนที่ไม่เสถียร
แพทย์ไม่สามารถแก้ปัญหาใดๆได้ทำไมเธอจึงแตกต่างและได้รับการรักษาให้หายขาด
ไม่มีคำอธิบายที่แท้จริงสำหรับพฤติกรรมที่ไม่สมมาตรของสติสัมปชัญญะของเธอ
สติสัมปชัญญะและการปล่อยเซลล์ประสาทของเธอเกินกว่าคำอธิบายของทฤษฎีควอนตัม
สำหรับใบหน้าที่ยิ้มแย้มและความสุขของเธอผู้คนแสดงความสงสารและแสดงความเสียใจ
แต่โดยไม่คำนึงถึงผู้สังเกตการณ์ควอนตัมเธอกำลังใช้ชีวิตอย่างร่าเริง

อะตอมเทียบกับโมเลกุล

โมเลกุลอาจไม่ใช่พื้นฐานสำหรับการสร้างดาวเคราะห์และจักรวาล

คาร์บอนไฮโดรเจนออกซิเจนซิลิกอนและไนโตรเจนทำให้โลกมีความหลากหลาย

แคลเซียมเหล็กโซเดียมโพแทสเซียมทั้งหมดอยู่ในรูปของโมเลกุลแซ่

หากไม่มีการรวมกันของโมเลกุลอะตอมเป็นไปไม่ได้ก็เป็นจริง

แต่ถ้าไม่กลายเป็นโมเลกุลการมีอยู่ของธาตุจะเกิดขึ้นไม่ได้

นิวตรอนสามารถสลายตัวเพื่อกลายเป็นโปรตอนและอิเล็กตรอนเพื่อเป็นอะตอมที่แตกต่างกัน

การรวมกันของโปรตอนและอิเล็กตรอนยังเกิดขึ้นแบบสุ่ม

โปรตีนและกรดอะมิโนมาในรูปของโมเลกุลเพื่อทำให้ชีวิตเป็นไปได้

การสังเคราะห์ด้วยแสงเพื่อให้อาหารแก่อาณาจักรสัตว์ในสถานะอะตอมเป็นไปไม่ได้

ในฐานะที่เป็นโมเลกุลไม่เสถียรเช่นอะตอมสำหรับการดำรงอยู่ของเราโมเลกุลมีความน่าเชื่อถือ

ให้เราหาทางออกใหม่

แม่น้ำทะเลสาบทะเลและมหาสมุทรล้วนมีกันทะเล
ความลึกของแหล่งน้ำแต่ละแห่งไม่สมมาตรแต่สุ่ม
เนินเขาอาจสูงหรือเตี้ยเขียวหรือขาวตลอดทั้งปี
แต่สำหรับลักษณะของทุกสิ่งอะตอมเท่านั้นที่สำคัญ
ความงามของธรรมชาติหรือดวงดาวหรือผู้หญิงล้วนเป็นกองอะตอม
ไม่มีใครสามารถมองเห็นความงามของสิ่งใดโดยไม่มีการปล่อยภาพถ่าย
อนุภาคพื้นฐานและอะตอมสร้างความแตกต่างทั้งหมดในการรวมกัน
มนุษย์ไม่สามารถควบคุมอะไรได้ในช่วงแรกของการก่อตัว
และมนุษย์ก็ไม่ได้ทำอะไรเพื่อเร่งหรือชะลอกระบวนการวิวัฒนาการ
เพื่อทำให้โลกดีขึ้นด้วยความรักและความเป็นพี่น้องเราสามารถแก้ปัญหาได้

สถิติเฟอร์มี-เดียรัค

ในชีวิตประจำวันของเราเราเห็นผู้คนจำนวนมากที่ไม่มีปฏิสัมพันธ์

สถิติ Fermi-Dirac สามารถให้คำตอบที่สมเหตุสมผลแก่เรา

สถิติสามารถใช้ได้กับทั้งกลศาสตร์คลาสสิกและควอนตัม

มนุษย์แต่ละคนมีความคิดทัศนคติและพลวัตที่แตกต่างกัน

อนุภาคมูลฐานทุกตัวมีวิธีการสมดุลทางอุณหพลศาสตร์ของตัวเอง

แม้จะไม่มีมวลที่วัดได้แต่อนุภาคก็มีโมเมนตัมของมัน

สถิติของโบส - ไอน์สไตน์ยังใช้ได้กับอนุภาคที่เหมือนกันและแยกไม่ออก

กระบวนการทั้งหมดในการอธิบายอนุภาคมีความซับซ้อนและไม่ง่าย

เมื่อถึงจุดหนึ่งในจักรวาลที่ไม่มีที่สิ้นสุดความเข้าใจของเราก็พิการ

แต่ความอยากรู้อยากเห็นของจิตใจมนุษย์และฟิสิกส์ไม่เคยคาดเข็มขัดอย่า
งสมบูรณ์

จิตใจไร้มนุษยธรรม

ผู้คนกลายเป็นคนไร้มนุษยธรรมและโหดร้าย
แม้ว่าตอนนี้เป็นวันที่ไม่มีการดวลประวัติศาสตร์
แต่สำหรับการฆ่าผู้บริสุทธิ์เรื่องเล็กน้อยสามารถให้เชื้อเพลิง
ความอดทนจะลดลงเร็วกว่ากฎของผลตอบแทนที่ลดลง
หากคุณยืนหยัดเพื่อความจริงและความยุติธรรมกระสุนนัดต่อไปอาจเป็นตาของคุณ
สำหรับเหตุการณ์เล็กๆหลายเมืองที่ผู้คนเผาไหม้อย่างบ้าคลั่ง
ทุกที่ทุกเวลาไม่ว่าด้วยเหตุผลใดความรุนแรงร้ายแรงสามารถกลับมาได้
มนุษย์ตอนนี้วันละคนกระหายเลือดมนุษย์
มีคนตายในโลกด้วยความรุนแรงมากกว่าน้ำท่วมใหญ่
การพลีพระชนม์ชีพของพระเยซูเพื่อมนุษยชาติขณะนี้อยู่ในสภาพปกติเนื่องจากความโหดร้ายกำลังมาถึงจุดสูงสุด
ด้วยความรุนแรงสงครามความเกลียดชังความอดกลั้นในไม่ช้าเนื้อผ้าของมนุษยชาติจะแตกสลาย

กระบวนการทางธุรกิจ

ชีวิตเป็นเพียงกระบวนการทางธุรกิจเพื่อเพิ่มผลผลิตและผลกำไรสูงสุด หรือเป็นกระบวนการทางธรรมชาติเพื่อนำไปสู่วิวัฒนาการและความก้าวหน้า

สังคมทั้งหมดในขณะนี้กลายเป็นสถานที่สำหรับการตลาดผลิตภัณฑ์ วิธีหลอกคนตอนนี้เป็นทักษะที่ยิ่งใหญ่สำหรับการอยู่รอดและเหมาะสมที่สุด เป็นไปไม่ได้ที่จะก้าวต่อไปด้วยความจริงและเรียบง่ายและซื่อสัตย์ มีความโลภที่ไม่มีที่สิ้นสุดสำหรับความมั่งคั่งและการมีชื่อเสียงโดยเบ็ดหรือหลังค่อม

เพื่อเสริมสร้างจิตใจไม่มีใครต้องการใช้เวลาหรืออ่านหนังสือ

ในตลาดคุณต้องขายบริการหรือผลิตภัณฑ์ของคุณ

จากโครงสร้างทางสังคมความสัมพันธ์และค่านิยมมันมักจะหัก

หากคุณไม่สามารถทำการตลาดและได้รับผลกำไรไม่มีอะไรในชีวิตที่คุณสามารถสร้างได้

พักผ่อนอย่างสงบ (RIP)

เมื่อฉันตายบางคนอาจเขียนข่าวมรณกรรม
แต่การบอกให้พักผ่อนอย่างสงบจะเป็นการแสดงความคิดเห็นเป็นหลัก
ตอนนี้ไม่มีใครถามฉันว่าฉันสงบสุขหรือไม่
แม้แต่เพื่อนสนิทของฉันก็ตกอยู่ในล็อตเดียวกัน
ฉันไม่ได้ถามใครเกี่ยวกับความสงบสุขของพวกเขา
หลังจากที่เพื่อนของฉันเสียชีวิตจนถึงตอนนี้ฉันก็ทำตามวิธีเดียวกัน
ตอนนี้ความตายมีราคาถูกมากและไร้ความรู้สึกสำหรับเราทุกคน
แม้ว่ามันจะเป็นความจริงที่ว่าวันหนึ่งทุกคนจะขึ้นรถบัส
หลังจากความตายความสงบสุขและความสุขจะไม่เกี่ยวข้องกัน
การพักผ่อนอย่างสงบเป็นสิทธิบัตรไลฟ์สไตล์สมัยใหม่ล่าสุด
ผู้คนยุ่งเกินไปและไม่มีเวลาเพื่อความสงบสุขและการพักผ่อน
หลังจากความตายที่จะบอกว่าการพักผ่อนอย่างสงบกับเพื่อนๆเป็นเรื่องง่าย
และดีที่สุด

วิญญาณเป็นจริงหรือจินตนาการ?

การมีอยู่ของวิญญาณถูกตั้งคำถามเสมอว่าไม่มีหลักฐานทางวิทยาศาสตร์

จิตสำนึกของสิ่งมีชีวิตเป็นเรื่องจริงแต่มันเป็นเรื่องของการพิสูจน์หรือไม่?

สมมติฐานของจิตวิญญาณหยั่งรากลึกมีอารยธรรมอยู่รอดหลังจากอารยธรรม

วิญญาณและความต่อเนื่องหลังจากความตายเป็นส่วนสำคัญของศาสนาส่วนใหญ่

เพื่อพิสูจน์ประเด็นนี้การปลุกเสกและศาสดาพยากรณ์เป็นทางออกทางศาสนา

อย่างไรก็ตามตั้งแต่ล้มเหลวจนถึงตอนนี้เพื่อค้นหาการเชื่อมโยงที่ขาดหายไปของร่างกายและจิตวิญญาณ

เหตุผลของการมีสติสัมปชัญญะที่สูงขึ้นยังคงไม่ได้รับการบอกเล่า

ในกาแล็กซีที่ไม่มีที่สิ้นสุดการสำรวจวิทยาศาสตร์เป็นเพียงฝุ่นขนาดเล็ก

คำถามที่เกี่ยวข้องเกี่ยวกับจิตวิญญาณและจิตสำนึกคำตอบทางวิทยาศาสตร์จะต้อง

มิฉะนั้นในขอบเขตของเวลาสมมติฐานหลายประการของวิทยาศาสตร์จะเกิดสนิม

วิญญาณทั้งหมดเป็นส่วนหนึ่งของแพ็คเกจเดียวกันหรือไม่?

วิญญาณของสิ่งมีชีวิตที่แตกต่างกันเป็นส่วนหนึ่งของแพคเกจซอฟต์แวร์เดียวกันหรือไม่?

จิตวิญญาณแต่ละดวงมีการพันกันของควอนตัมแต่สัมภาระที่แตกต่างกัน

ด้วยวิวัฒนาการสิ่งมีชีวิตทุกชนิดมีความผูกพันต่อระบบนิเวศ

หลายสปีชีส์สูญพันธุ์เพราะเมื่อเวลาผ่านไปสปีชีส์ก็ไม่ก้าวหน้า

มนุษย์สัตว์สูงสุดที่ประกาศตัวเองตอนนี้กำลังมองหาการกอบกู้เหล่านั้น

ความสัมพันธ์ระหว่างซอฟต์แวร์และฮาร์ดแวร์ในการใช้ชีวิตยังขาดหายไป

วิทยาศาสตร์ศาสนาและปรัชญามีความคิดที่เป็นเอกลักษณ์ของตนเอง

ไม่มีใครสามารถพิสูจน์ได้อย่างน่าเชื่อว่าสมมติฐานของพวกเขาถูกต้อง

เมื่อคนอยากรู้อยากเห็นถามคำถามยากๆทุกคนก็ถอยกลับ

ในเรื่องของความสัมพันธ์ทางจิตวิญญาณจนถึงตอนนี้ศาสนามีผลกระทบมากขึ้น

นิวเคลียส

ไม่มีนิวเคลียสอะตอมไม่สามารถก่อรูปหรือมีอยู่เป็นอะตอมได้
อนุภาคมูลฐานไม่สามารถก่อตัวเป็นสสารได้
สิ่งต่างๆในจักรวาลอาจมีสมมติฐานที่จะอธิบายได้ดีขึ้น
ระบบสุริยะไม่สามารถดำรงอยู่และดำเนินต่อไปได้หากปราศจากดวงอาทิตย์
ดาวเทียมยังเป็นกำลังที่สมดุลและไม่ใช่เพื่อความสนุกสนานของมนุษย์
หากไม่มีนิวเคลียสส่วนกลางที่มีพลังงานมหาศาลจักรวาลจะไม่สามารถเรียงลำดับได้
ไม่ว่าจะเป็นพระเจ้าหรือสิ่งอื่นใดฟิสิกส์จะต้องขุดต่อไป
ระยะห่างระหว่างดาวฤกษ์และกาแล็กซีอยู่ไกลจากจรวดของเรา
จนถึงตอนนี้เพื่อสำรวจทุกซอกทุกมุมของกาแลคซีของเราอยู่นอกเหนือกระเป๋าของเรา
แต่ผู้คนจำนวนมากพร้อมที่จะออกไปยังอวกาศตลอดไปซื้อตั๋วราคาแพง
ความอยากรู้อยากเห็นและแรงผลักดันที่จะรู้ว่าสิ่งที่ไม่รู้จักนี้คืออารยธรรม
ด้วยเทคโนโลยีควอนตัมการสำรวจอวกาศจะได้รับแรงผลักดัน
จนกว่าเราจะพบสุดยอดนิวเคลียสหรือความจริงที่อยู่เบื้องหลังการยึดเหนี่ยวของดวงดาว
ให้ผู้คนมีความสุขกับความเชื่อทางศาสนาและการสวดอ้อนวอน

เหนือกว่าฟิสิกส์

นอกเหนือจากโลกที่แปลกประหลาดของฟิสิกส์โลกของชีววิทยา
การรวมกันของอะตอมทำให้โมเลกุลโปรตีน
ไวรัสและสิ่งมีชีวิตเซลล์เดียวเข้ามามีบทบาท
ดีเอ็นเอของผู้ให้บริการข้อมูลเริ่มกระบวนการวิวัฒนาการ
การเชื่อมโยงกันของฟิสิกส์และชีววิทยาอาจให้คำตอบพื้นฐาน
วิศวกรรมย้อนกลับผ่านพันธุกรรมอาจบอกได้ว่าชีวิตเกิดขึ้นได้อย่างไร
สำหรับพระเจ้าผู้ทรงมหิทธิฤทธิ์อาจไม่มีอะไรอยู่ในเกม
นอกเหนือจากฟิสิกส์แล้วยังมีความรักมนุษยชาติและความเป็นแม่ที่จะให้ชีวิตใหม่
เช่นเดียวกับการรวมกันของโปรตอนและอิเล็กตรอนเรามีสามีและภรรยา
ความลึกลับของการสร้างสรรค์จะดำเนินต่อไปแม้หลังจากกลศาสตร์ควอนตัม
นักฟิสิกส์บางคนจะให้แนวคิดใหม่สำหรับการดำรงอยู่กับสมมติฐานใหม่
ชีวิตจะยังคงแข่งขันกับปัญญาประดิษฐ์และสงคราม
มนุษย์อาจไม่พบเหตุผลของการดำรงอยู่แต่จะสร้างอาณานิคมให้กับดวงดาว

วิทยาศาสตร์กับศาสนา

วิทยาศาสตร์ไม่เคยหมายถึงข้อความทางศาสนาเพื่อพิสูจน์ทฤษฎีของมัน
ทฤษฎีและสมมติฐานทางวิทยาศาสตร์ไม่ได้ขึ้นอยู่กับความทรงจำ
ข้อความทางศาสนาในช่วงเริ่มต้นของอารยธรรมที่ผ่านมาหลายชั่วอายุคน
ข้อความเหล่านั้นพยายามที่จะได้รับจากการยืนยันทางวิทยาศาสตร์เสมอ
หากพระผู้เป็นเจ้าทรงดำรงอยู่ในกาแล็กซีอื่นข้อความทางศาสนาไม่ใช่ฉบับของพระองค์
เพื่อพิสูจน์ด้วยการยืนยันผู้นำศาสนาไม่มีทางออก
ปอยครั้งที่พวกเขาอ้างถึงท่อนอาหารหนึ่งท่อนเพื่อพิสูจน์ว่ามีพื้นฐานมาจากวิทยาศาสตร์
แต่ไม่มีการอ้างอิงทางคณิตศาสตร์ของกฎพื้นฐานในการป้องกันประเทศ
ศาสดาพยากรณ์และผู้ปกครองศาสนาไม่ได้เป็นผู้คิดค้นทฤษฎีทางวิทยาศาสตร์
คล้ายกับธรรมชาติและกฎธรรมชาติเป็นเพียงซากปรักหักพัง
ศาสนาและวิทยาศาสตร์สามารถเป็นสองด้านของเหรียญที่เรียกว่าชีวิต
แต่เมื่อมาถึงห้องปฏิบัติการหรือการทดสอบทางกายภาพศาสนาเลือน

ศาสนาและความหลากหลาย

ไม่ว่าคุณจะอยู่ที่ไหนจงมีความสุขและอยู่อย่างสงบสุข
นี่คือมุมมองของศาสนาส่วนใหญ่เกี่ยวกับจิตวิญญาณ
หมายความว่าศาสนารู้เกี่ยวกับจักรวาลคู่ขนานหรือไม่
หรือเป็นวิธีที่ง่ายที่สุดในการอยู่คนเดียวสำหรับคนใกล้ชิดและคนที่รัก
แนวคิดของจักรวาลหลายแห่งมีอยู่ในไม่กี่ศาสนา
แต่มันอยู่นอกเหนือการพัวพันเชิงควอนตัมและความละเอียดที่เฉพาะเจาะจง
แม้แต่แนวคิดของจักรวาลคู่ขนานในปัจจุบันก็ไร้ทิศทาง
ฟิสิกส์ในขณะที่ลึกเข้าไปในอะตอมและอนุภาคมูลฐาน
แทนที่จะเจาะจงกลายเป็นปรัชญาที่มีอุปสรรค
แม้ในขนาดที่ใหญ่กว่าของจักรวาลค่าคงที่ทางจักรวาลวิทยาก็แตกต่างกัน
จากนั้นทฤษฎีหรือสมมติฐานทั้งหมดก็เริ่มสงสัยและประสบปัญหา
ศาสนาเป็นเรื่องของศรัทธาและผู้เชื่อไม่เคยขอหลักฐาน
แม้แต่คนที่มีความคิดทางวิทยาศาสตร์และมีเหตุผลมากที่สุดก็ไม่เคยบอกว่ามุมมองเป็นเรื่องไร้สาระ

อนาคตของวิทยาศาสตร์และพหุภพ

เมื่อผู้คนเสียชีวิตญาติบอกว่าอยู่อย่างสงบสุขไม่ว่าคุณจะอยู่ที่ไหน
มุมมองทางศาสนานี้ฝังรากลึกในสังคมและขยายไปไกลเกินไป
ผู้คนได้รับความสะดวกสบายจากความเจ็บปวดจากการจากไปและพยายาม
รักษารอยแผลเป็น
คนส่วนใหญ่เหล่านั้นไม่ตระหนักถึงการพัวพันทางควอนตัม
ไม่ว่าพหุภพจะมีอยู่จริงหรือไม่สำหรับพวกเขาไม่สำคัญเลย
เช่นเดียวกับสัตว์ทุกชนิดมนุษย์ก็กลัวที่จะตายและจากโลกไปเช่นกัน
ดังนั้นแนวคิดของการใช้ชีวิตในกาแล็กซีอื่นอาจจะเผยออกมา
อาจเป็นไปได้ว่าอารยธรรมของเราเก่าแก่กว่าหลักฐานกล่าวว่า
ล้านปีที่แล้วสิ่งมีชีวิตขั้นสูงบางตัวอาจอยู่ที่นี่ระหว่างทาง
ผู้คนจากโลกอาจมีปฏิสัมพันธ์กับสิ่งมีชีวิตเหล่านั้น
เมื่อพวกเขาไปถึงจุดหมายมนุษย์ก็เริ่มสวดอ้อนวอน
การดำรงอยู่ของจักรวาลอื่นๆผ่านปากต่อปาก
ในระยะยาวการดำรงอยู่ของสิ่งมีชีวิตในจักรวาลอื่นๆจะกลายเป็นอ้วน
ตอนนี้ฟิสิกส์มีสมมติฐานเกี่ยวกับพหุภพเพื่ออธิบายธรรมชาติ
หากพหุภพมีอยู่จริงในกาแล็กซีอื่นความแตกต่างจะเป็นอนาคตของวิทยาศาสตร์

ผึ้ง

ในโลกมนุษย์ส่วนใหญ่ใช้ชีวิตเหมือนผึ้ง
หากคุณมองจากด้านบนอาคารขนาดใหญ่คือต้นไม้
ในชุมชนที่อยู่อาศัยพวกเขาไม่มีตัวตน
แต่เหมือนผึ้งของลมพิษทุกคนอาศัยอยู่ในบ้านของพวกเขาด้วยความเป็นน้ำหนึ่งใจเดียวกัน
พวกเขาทำงานและทำงานเพื่อลูกหลานของพวกเขาโดยไม่มีการพักผ่อน
พยายามให้สิ่งที่พวกเขาคิดว่าดีที่สุดแก่ลูกๆเสมอ
เช่นเดียวกับผึ้งในช่วงกลางคืนเท่านั้นพวกมันจะพักผ่อน
วันหนึ่งขาของพวกเขาอ่อนแอต่อการเดินและมือไปทำงาน
เมื่อถึงเวลานั้นลูกๆของพวกเขาก็โตเป็นผู้ใหญ่และเริ่มที่จะโยก
ที่บ้านผู้สูงอายุหรือที่ลี้ภัยร่างกายที่ไม่ถูกต้องจะถูกล็อค
ทุกคนลืมไปว่ากาลครั้งหนึ่งนานมาแล้วพวกเขาทำงานหนักแค่ไหน
เช่นเดียวกับผึ้งพวกมันตกลงบนพื้นด้วยไม่มีใครสังเกตเห็น
แต่ในช่วงวันที่เขียวขจีเพื่อสนุกกับชีวิตบางคนที่คุณไม่สามารถโน้มน้าวได้

ผลลัพธ์เดียวกัน

กลศาสตร์ควอนตัมไม่เคยแยกความแตกต่างระหว่างคนมองโลกในแง่ดีและคนมองโลกในแง่ร้าย

ความแตกต่างอาจเป็นเพราะความน่าจะเป็นหรือการพัวพันทางควอนตัม

คนที่มองโลกในแง่ดีและมองโลกในแง่ร้ายเป็นสองด้านของเหรียญเดียวกันในโลก

แต่ในชีวิตประจำวันในรูปแบบที่แตกต่างกันพวกเขาแตกต่างกัน

ในเกมคริกเก็ตและฟุตบอลคุณสามารถชนะได้แม้หลังจากสูญเสียการโยน

ด้วยการมองโลกในแง่ร้ายบุคคลนั้นอาจชนะในระยะยาวด้วยพรจากกางเขน

การมองโลกในแง่ดีไม่ได้รับประกันความสำเร็จและความสุขตลอดชีวิต

สำหรับผู้มองโลกในแง่ดีจำนวนมากในระยะยาวการมองโลกในแง่ดียังคงเป็นเพียงการโฆษณาเท่านั้น

คนมองโลกในแง่ร้ายจะตายเพียงครั้งเดียวอย่างมีความสุขโดยไม่ต้องเสียใจกับความล้มเหลว

ผู้มองโลกในแง่ดีเสียชีวิตหลายครั้งหลังจากทุกความฝันตกรางตรวจสอบให้แน่ใจ

สำหรับผู้ที่มองโลกในแง่ดีหรือมองโลกในแง่ร้ายทางเดียวคือเดินหน้าต่อไปและจบเกม

แม้จะมีเจตจำนงเสรีการทำงานหนักการพัวพันควอนตัมจะให้ผลลัพธ์เหมือนกัน

บางสิ่งและไม่มีอะไรเลย

บางอย่างและไม่มีอะไรเลยไม่มีอะไรเลยและบางอย่าง
พระเจ้าไม่มีพระเจ้าไม่มีพระเจ้าพระเจ้างงงวยยิ่งกว่าไข่กับแม่ไก่
บิ๊กแบงหรือไม่มีจุดเริ่มต้นไม่มีจุดสิ้นสุดมีแต่การขยายตัวและการขยายตัว
พลังงานมืดหรือไม่มีพลังงานมืดจักรวาลกำลังขยายตัวหรือเพียงแค่ภาพลวงตา
อนุภาคปฏิสสารและอนุภาคมูลฐานมีบทบาทและระยะทางของตัวเอง
กฎของฟิสิกส์ถูกกำหนดไว้ก่อนหรือจักรวาลมาก่อน
ยังเป็นคำถามที่ร้ายแรงเช่นบางสิ่งบางอย่างและไม่มีอะไรไม่ควรเกิดสนิม
หากต้องการทราบธรรมชาติและจักรวาลคำถามแต่ละข้อควรมีคำตอบ
วิธีการบูรณาการของฟิสิกส์, ชีววิทยา, เคมี, คณิตศาสตร์ที่จะทำ
อารมณ์และจิตสำนึกของมนุษย์ยังมีการทำงานที่แตกต่างกัน
ไม่แน่ใจด้วยว่าตารางทฤษฎีของทุกอย่างสามารถพลิกกลับได้หรือไม่
ในระหว่างนั้นศาสนาต่างๆมีอำนาจที่จะบังคับให้โลกลุกเป็นไฟ
แม้หลังจากการหาลำดับจีโนมและการรู้จักการพัวพันเชิงควอนตัม
ผู้คนมีความสุขและพอใจที่จะสมัครสมาชิกการตั้งถิ่นฐานทางศาสนา
เพราะฟิสิกส์ยังอยู่ห่างไกลที่จะตัดสินใจบางสิ่งบางอย่างหรือไม่มีอะไรเลย

บทกวีที่ดีที่สุด

บทกวีทางวิทยาศาสตร์ที่ดีที่สุดที่เคยเขียนเกี่ยวกับมวลและพลังงาน

สิ่งนี้นำไปสู่พื้นที่เวลามวลและพลังงานที่จะอธิบายในการทำงานร่วมกัน

E เท่ากับ m c กำลังสองเปลี่ยนหลายสิ่งหลายอย่างในฟิสิกส์ตลอดไป

ความนิยมของกฎทางวิทยาศาสตร์ใดๆเช่นความสัมพันธ์ของพลังงานสสารนั้นหาได้ยาก

แม้แต่กฎการเคลื่อนไหวของนิวตันก็ยังคงอยู่เบื้องหลังในส่วนแบ่งความนิยม

คู่สสารพลังงานทำลายรัชสมัยของฟิสิกส์คลาสสิก

มันเปิดโลกที่ไม่รู้จักของทฤษฎีควอนตัมและกลศาสตร์

บทกวีที่อธิบายโลกที่เรามองเห็นส่วนใหญ่คือสมการพลังงานสสาร

ทฤษฎีสัมพัทธภาพให้ทางออกหลายอย่างที่ไม่สามารถอธิบายได้

แรงโน้มถ่วงแรงแม่เหล็กไฟฟ้าแรงนิวเคลียร์ที่แข็งแกร่งและอ่อนแอจะมองไม่เห็น

แต่การประยุกต์ใช้ในด้านวิศวกรรมทำให้โลกสมัยใหม่นี้เป็นไปได้

ในการอธิบายปรัชญาบทกวีและฟิสิกส์ของธรรมชาติที่เข้ากันได้

ทักทายเส้นผมของคุณ

ผมหงอกและวัยชราไม่ได้หมายถึงความรู้และภูมิปัญญา

แม้ในช่วงสุดท้ายของชีวิตหลังจากแปดสิบปีหลายคนอาศัยอยู่ในอาณาจักรของคนโง่

คนส่วนใหญ่ไม่ได้เรียนรู้จากประสบการณ์และอดีต

ดังนั้นความยังไม่บรรลุนิติภาวะและความโง่เขลาของพวกเขายังคงอยู่จนถึงลมหายใจสุดท้าย

การมีปริญญาและความมั่งคั่งไม่สามารถทำให้ใครเป็นสุภาพบุรุษได้

หากไม่มีค่านิยมและความรู้สึกในใจคุณก็สามารถเป็นเพียงพนักงานขายได้

ความรู้และภูมิปัญญาที่มีค่านิยมจะทำให้คุณเป็นคนดีโดยแท้

แม้ว่าคนจนจะยากจนที่สุดแต่คุณก็ไม่สามารถทำตัวหยาบคายได้

ปัจจุบันมนุษย์ที่ซื่อสัตย์ตามคุณค่าเป็นที่ต้องการมากขึ้นในสังคม

เราไม่ต้องการมืออาชีพและได้รับการศึกษาด้วยจิตใจที่ทุจริต.

มนุษย์ที่ไม่มั่นคง

มนุษย์ส่วนใหญ่ไม่มั่นคงและมีปัญหาสุขภาพจิต
พฤติกรรมที่ไม่เป็นระเบียบของชายหนุ่มอิเล็กตรอนอาจมีเงื่อนงำ
ฟิสิกส์สามารถอธิบายเราได้ว่าทำไมท้องฟ้าไม่จริงแต่ดูเป็นสีฟ้า
แม้ตอนนี้ยาไม่สามารถรักษาได้อย่างรวดเร็วโรคหวัดและไข้หวัดใหญ่ตามฤดูกาล
ทำไมไวรัสบางชนิดยังคงอยู่ยงคงกระพันทั้งฟิสิกส์และแพทย์ไม่มีคำตอบ
การคาดการณ์สภาพอากาศและปริมาณน้ำฝนที่สมบูรณ์แบบนั้นมีข้อจำกัดและหายากมาก
สมองในชีวิตมนุษย์ปล่อยนิวตรอนหลายพันล้านตัวเพื่อแสดงอารมณ์
แต่มันจะทำงานด้วยวิธีใดไม่มีนักฟิสิกส์คนใดสามารถคาดการณ์ได้ถูกต้อง
ความน่าจะเป็นทางควอนตัมของทุกช่วงเวลาในอนาคตไม่จำกัด
เมื่อใดก็ตามที่เกิดอุบัติเหตุแพทย์ที่ดีที่สุดสามารถถูกฆ่าได้

ให้บทกวีเรียบง่ายเหมือนฟิสิกส์

เหตุใดบทกวีจึงไม่ง่ายเหมือนคณิตศาสตร์และฟิสิกส์

ความจริงนั้นเรียบง่ายชัดเจนเสมอและไม่ต้องการคำพูดที่ยาก

บทกวีไม่จำเป็นต้องยากเกินความเข้าใจของมนุษย์ทั่วไป

ไม่ใช่แค่ชนชั้นสูงเท่านั้นที่จะรู้เกี่ยวกับการแสดงออกภายใน

เช่นเดียวกับกฎของการเคลื่อนไหวของดาวเคราะห์บทกวีควรเรียบง่ายและสวยงาม

บทกวีต้องมีความสามารถในการสอดแทรกคุณค่าของมนุษย์ที่ดีขึ้นเพื่อให้ชีวิตร่าเริง

กฎของนิวตันนั้นตรงไปตรงมาและเข้าใจได้ง่าย

การเคลื่อนที่ของดาวเคราะห์ทั้งหมดในลักษณะที่เรียบง่ายเราสามารถบอกได้ว่า

E เท่ากับ mc

กำลังสองอธิบายเรื่องความเป็นคู่ของพลังงานโดยไม่มีความซับซ้อน

ฟิสิกส์และบทกวีสามารถไปควบคู่กันได้อย่างง่ายดายเพื่อทำให้ชีวิตดีขึ้น

คำที่ยากและมีความหมายภายในเท่านั้นบทกวีจะไม่แข็งแกร่งขึ้น

ไม่มีคำจำกัดความของบทกวีมันมีขอบเขตน้อยกว่าเหมือนกาแล็กซีนอกเหนือจากทางช้างเผือก

เกี่ยวกับคณิตศาสตร์และฟิสิกส์บทกวีง่ายๆสามารถพูดได้อย่างง่ายดาย

แม็กซ์แพลงค์ผู้ยิ่งใหญ่

กลศาสตร์ควอนตัมมีวิวัฒนาการทันทีหลังจากสร้างจักรวาล
พฤติกรรมของอนุภาคมูลฐานไม่เสถียรสุ่มและหลากหลาย
อย่างรวดเร็ว, อิเล็กตรอน, โปรตอน, นิวตรอน,
โฟตอนมีอยู่ในหลักสูตรที่กำหนด
ไม่มีใครรู้ว่าประกายไฟและแรงเริ่มต้นที่ต้องการมาจากไหน
เป็นเวลาหลายพันล้านปีที่ความเป็นเอกเทศอย่างเป็นระเบียบย้ายไปสู่ความโกลาหลที่เพิ่มขึ้นของเอนโทรปี
จักรวาลสสารและพลังงานเป็นต้นแบบใหม่ของสำเนาเก่าหรือไม่?
แม็กซ์แพลงค์ค้นพบทฤษฎีควอนตัมหลังจากที่โฮโมเซเปียนส์ขึ้นมาบนโลก
ฟิสิกส์สมัยใหม่และกลศาสตร์ควอนตัมการค้นพบของเขาทำให้เกิด
แม้ว่ามนุษย์จะมาถึงโลกผ่านกระบวนการวิวัฒนาการ
อิเล็กตรอนโปรตอนนิวตรอนไม่เคยผ่านวิวัฒนาการฟิสิกส์ไม่มีคำตอบ
ยังคงมีลิงก์ที่ขาดหายไปมากเกินไปในการอธิบายว่าพลังงานสสารมาจากไหน
ในการสร้างจักรวาลฟิสิกส์และวิวัฒนาการไม่ใช่เกมเดียว

ความสำคัญของผู้สังเกตการณ์

เมื่อโลกถูกปกครองโดยไดโนเสาร์และสัตว์เลื้อยคลานอื่นๆ
เนื่องจากวิวัฒนาการและการคัดเลือกตามธรรมชาติบางคนเริ่มบิน
สายพันธุ์ที่ฉลาดและอ่อนเพลียยังคงอยู่ในมหาสมุทรและทะเล
ในช่วงกฎทองของไดโนเสาร์โลกเคลื่อนที่ไปรอบๆดวงอาทิตย์
ดอกทานตะวันรู้ว่าพระอาทิตย์ขึ้นและพระอาทิตย์ตกและหันไปตามนั้น
ไม่มีสิ่งมีชีวิตใดที่ถูกรบกวนเกี่ยวกับการหมุนและการปฏิวัติของโลก
แม้กระทั่งในการนำทางนกอพยพก็มีความถูกต้องและฉลาดมาก
หลายพันปีที่ผ่านมาแม้แต่โฮโมเซเปียนส์ก็ไม่รู้จักการปฏิวัติ
จนกระทั่งกาลิเลโอที่ชาญฉลาดทำให้โลกมีการวางตัวที่หัวรุนแรงอย่างน่าทึ่ง
สัตว์ไม่ได้ต่อต้านทฤษฎีการหมุนและการปฏิวัติ
แต่เพื่อนมนุษย์โฮโมเซเปียนส์ต่อต้านกาลิเลโอและทฤษฎีของเขาด้วยความมุ่งมั่น
กาลิเลโอถูกจำคุกเพราะคิดต่างและต่อต้านความเชื่อเก่าแก่
แต่ในฐานะผู้นำแห่งความจริงเขายืนยันทฤษฎีของเขาและพยายามต่อต้าน
คำพูดของเขา 'อย่างไรก็ตามมันเคลื่อนไหว'
แสดงให้เห็นถึงความสำคัญของผู้สังเกตการณ์
มีเพียงผู้สังเกตการณ์ที่มีความรู้และจินตนาการเท่านั้นที่สามารถเปลี่ยนโลกได้ตลอดไป
สัมพัทธภาพอยู่ที่นั่นตั้งแต่เริ่มระบบสุริยะของเรา
ไอน์สไตน์ได้ทำการสังเกตและนำมาเป็นรายการใหม่ทางฟิสิกส์

ความสำคัญของผู้สังเกตการณ์ได้รับการพิสูจน์แล้วในขณะนี้ผ่านการพัวพันทางควอนตัม

แต่ความเป็นจริงคือความไม่ต่อเนื่องอย่างต่อเนื่องและแม้แต่จักรวาลก็ไม่ถาวร

เราไม่รู้

ความตายคือการล่มสลายของการทำงานของคลื่นของมนุษย์หรือไม่?
กองโปรตอนนิวตรอนและอิเล็กตรอนต้องใช้เวลาในการสลายตัว
การพัวพันเชิงควอนตัมของอนุภาคพื้นฐานยังคงดำเนินต่อไปในหลุมฝังศพหรือไม่?
เราไม่มีคำตอบในทฤษฎีสนามควอนตัมหรือกลศาสตร์ควอนตัม
ความหวังเดียวคือรอจนกว่าทฤษฎีทุกอย่างจะอธิบายได้
ถึงอย่างนั้นก็ไม่มีใครรู้ว่าภายใต้หลุมฝังศพมันจะพอดีหรือไม่
ในขอบเขตของเวลาทฤษฎีใหม่สมมติฐานจะมาและไป
ความก้าวหน้าของเทคโนโลยีจะไม่มีวันช้าลง
ด้วยทุกทฤษฎีและสมมติฐานจะนำมาซึ่งความเปล่งประกายใหม่ๆเสมอ
แต่คำตอบสำหรับคำถามบางข้อวิทยาศาสตร์และปรัชญาอาจบอกว่าเราไม่รู้

สิ่งที่เกิดขึ้นใหม่

สติสัมปชัญญะความพัวพันควอนตัมและจักรวาลคู่ขนานกำลังเกิดขึ้น
บิ๊กแบงเป็นจุดเริ่มต้นจากไม่มีอะไรลดระดับลงอย่างช้าๆ
พลังงานมืดหลุมดำและปฏิสสารโดยไม่มีข้อสรุป
ทฤษฎีสตริงและขอบจักรวาลและการเดินทางข้ามเวลายังคงน่าสับสน
ปัญญาประดิษฐ์และการเชื่อมต่อสมองของมนุษย์เป็นสิ่งที่น่าสนใจ

อนุภาคพระเจ้าไม่ได้มีอำนาจทุกอย่างอย่างที่เราคิด
เมื่อใดก็ตามที่สงครามนิวเคลียร์อาจปะทุขึ้นและอารยธรรมของมนุษย์สามารถจมลงได้
ด้วยฟิสิกส์ควอนตัมความรักความเกลียดชังอัตตาและความต้องการทางชีวภาพไม่มีการเชื่อมโยง
ต้องใช้เวลาอีกหลายพันปีกว่าความเท่าเทียมทางเพศและท้องฟ้าจะเป็นสีชมพู
ไม่มีใครใส่ใจเกี่ยวกับสภาพแวดล้อมนิเวศวิทยาและเห็นแววตาของพวกเขา

ความไร้ศีลธรรมของมนุษย์อาจเปลี่ยนแปลงระบบนิเวศของสิ่งมีชีวิตได้อย่างสมบูรณ์
แต่ชีวิตมนุษย์จะดำเนินต่อไปด้วยความโลภอัตตาอิจฉาริษยาและความภาคภูมิใจในตนเอง
แรงโน้มถ่วงแรงนิวเคลียร์แม่เหล็กไฟฟ้าจะยังคงเป็นพื้นฐาน
เพื่อให้สังคมมนุษย์อยู่ร่วมกันความรักเพศและพระเจ้าจะยังคงเป็นเครื่องมือ
ความก้าวหน้าของวิทยาศาสตร์เทคโนโลยีในการเข้าถึงดาวเคราะห์นอกระบบจะเป็นแบบทวีคูณ

อีเธอร์

พ่อของเราบอกว่าพวกเขาเรียนอีเธอร์ในโรงเรียนและวิทยาลัย เกี่ยวกับอีเธอร์เขามีข้อมูลมากมายและมีความรู้ลึกซึ้ง อีเธอร์มีบทบาทสำคัญในการอธิบายการแพร่กระจายของแสงและคลื่น อีเธอร์สมมติว่าไม่มีน้ำหนักและไม่สามารถตรวจพบได้ในธรรมชาติ แต่ทฤษฎีสัมพัทธภาพและทฤษฎีอื่นๆถึงวาระที่มันจะเป็นอนาคต สมมติฐานของอีเธอร์หายไปจากหนังสือเรียนของเรา สำหรับหนังสือฟิสิกส์ของเราพ่อของเราเคยมีรูปลักษณ์ที่น่าประหลาดใจ ตอนนี้เรามีสสารมืดและพลังงานมืดอีเธอร์เป็นประวัติศาสตร์เก่า หลังจากผ่านไปร้อยปีพลังงานมืดและหลุมดำอาจมีเรื่องราวเดียวกัน ฟิสิกส์ก็มีวิวัฒนาการเช่นเดียวกับวิวัฒนาการของสิ่งมีชีวิตในโลกธรรมชาติ สักวันหนึ่งเพื่อหลานที่ยิ่งใหญ่ของเราในฐานะเรื่องราวฟิสิกส์ของวันนี้จะถูกบอกเล่า

ความเป็นอิสระไม่สัมบูรณ์

ความเป็นอิสระไม่ใช่ความสัมบูรณ์แต่เป็นความสัมพันธ์ที่ถูกจำกัดโดยสังคมประเทศชาติ

อิสรภาพโดยสัมบูรณ์ไม่เป็นที่ต้องการและอาจนำไปสู่ความโกลาหลและการทำลายล้าง

เจตจำนงเสรียังมีขอบเขตตามแรงธรรมชาติและความน่าจะเป็นควอนตัม

เพื่อให้เกิดการกระทำด้วยเจตจำนงเสรีเราทำได้เพียงหวังว่าจะมีความเป็นไปได้

แม้จะมีความน่าจะเป็นต่ำสมการคลื่นอาจยุบเป็นลบ

นี่เป็นเพราะทุกสิ่งในธรรมชาติไม่ได้มีไม้หลาเดียวกัน

ความหวังของเราคืออารมณ์ที่ซับซ้อนด้วยสติและเซลล์ประสาท

การทำงานของคลื่นอาจพังทลายลงเนื่องจากข้อจำกัดด้านสิ่งแวดล้อม

นี่ไม่ได้หมายความว่าอิสระของเราจะไม่เห็นโฟตอนในรูปแบบของแสง

บางครั้งผลลัพธ์หรือผลไม้ก็น่าตื่นเต้นและสดใสเกินไป

เนื่องจากผลลัพธ์หรือผลผลิตเป็นผลผลิตของเวลาในชื่อโดเมนในอนาคต

เป้าหมายและหน้าที่ของเราคือการดำเนินการที่ดีที่สุดด้วยความเต็มใจปล่อยให้ธรรมชาติได้พักผ่อน

วิวัฒนาการที่ถูกบังคับจะเกิดอะไรขึ้น?

วิวัฒนาการก้าวไปข้างหน้าจากไวรัสไปยังอะมีบาไปยังไดโนเสาร์และสายพันธุ์อื่นๆ

ไดโนเสาร์อันยิ่งใหญ่สูญพันธุ์ไปแต่มีหลายสายพันธุ์ที่รอดชีวิตและก้าวไปข้างหน้า

ในระยะยาวโฮโมเซเปียนส์เข้ามามีบทบาทและแผ่นดินแม่ได้รับรางวัลที่ดีที่สุด

แม้ว่าจะขาดการเชื่อมโยงจากทะเลสู่ฝั่งและบินขึ้นไปในอากาศแต่ลิงกับมนุษย์

วิวัฒนาการผ่านการคัดเลือกตามธรรมชาติเพื่อความอยู่รอดเพื่อผลิตมนุษย์ในสวนอีเดน

ไม่มีวิวัฒนาการเริ่มต้นด้วยลำดับที่สูงขึ้นและก้าวไปข้างหลังความผิดปกติทางความคิดเพิ่มขึ้น

นี่เป็นเพราะเอนโทรปีของจักรวาลไม่เคยอยู่ในขอบเขตของเวลาที่ลดลง

เวลาอาจเป็นภาพลวงตาและมีความแตกต่างบางๆระหว่างอดีตปัจจุบันและอนาคต

แต่การทำให้ดีขึ้นและก้าวไปข้างหน้าคือทรัพย์สินและวัฒนธรรมโดยธรรมชาติ

ในอารยธรรมมนุษย์ยังมีไฟและวงล้อมาก่อนที่จะค้นพบการเกษตร

การเกิดและการตายเป็นเวลาหลายล้านปีเป็นส่วนหนึ่งของสิ่งมีชีวิตทั้งหมดไม่ว่าจะอ่อนแอหรือแข็งแกร่ง

มีเพียงต้นไม้บางชนิดเต่าและปลาวาฬที่เคยอยู่ได้นานอย่างสบาย

ขณะนี้นักวิทยาศาสตร์กล่าวว่าอมตะจะมีไว้สำหรับโฮโมเซเปียนส์เท่านั้นไม่ใช่เพื่อผู้อื่น

ไม่มีใครรู้ว่าจะเกิดอะไรขึ้นในอาณาจักรอมตะกับพี่น้องสัตว์ของเรา

คนอมตะจะโศกเศร้ากับแม่และพ่อที่ตายไปแล้วของพวกเขาหรือไม่?

ตายเร็ว

ร้อยยี่สิบปีที่มอบให้กับมนุษย์โดยธรรมชาตินั้นเหมาะสมที่สุด
อายุยืนนี้มาจากกระบวนการคัดสรรโดยธรรมชาติ
การเพิ่มอายุขัยของมนุษย์เทียมอาจนำไปสู่การเจือจางกระบวนการตามธรรมชาติ
ไม่มีใครสามารถพูดได้อย่างแน่วแน่ว่าจะไม่มีการทำลายระบบนิเวศใดๆ
มุ่งเน้นไปที่โฮโมเซเปียนส์เท่านั้นโดยไม่สนใจผู้อื่นจินตนาการที่โง่เขลา

ร้อยยี่สิบปีเพียงพอที่จะสำรวจโลกปัจจุบัน
ในวัยนั้นสำหรับมนุษย์ที่อาศัยอยู่บนโลกใบนี้ไม่มีสิ่งใดที่ยังไม่ได้รับการบอกเล่า
เขาจะบรรลุพันธกิจเป้าหมายและไปถึงขั้นของการทำให้เป็นจริงด้วยตนเอง
สำหรับเขามากกว่าการซื้อสินค้าอุปโภคบริโภคสิ่งสำคัญจะเป็นลัทธิจิตวิญญาณ
ฉันคือความสมดุลของร่างกายและจิตใจการจากไปของคนใกล้ตัวและคนรักจะผลักดันไปสู่ความเคร่งครัด

ตอนนี้โลกเป็นสถานที่เล็กๆสำหรับการเดินทางและการท่องเที่ยวที่จะผ่านเวลา
เมื่อการตั้งถิ่นฐานของมนุษย์นอกระบบสุริยะอายุที่มากขึ้นอาจไม่เป็นไร
สัมพัทธภาพในระหว่างการเดินทางไปยังดาวเคราะห์นอกระบบอาจทำให้พวกเขามีร่างกายที่อ่อนเยาว์
ในการตั้งถิ่นฐานในสถานที่ใหม่นับล้านปีแสงจิตใจจะยังคงแข็งแกร่ง
จนกว่าจะดีขึ้นรักยิ้มเล่นรักษาสิ่งแวดล้อมและตายในวัยหนุ่มสาว

การกำหนดความสุ่มและเจตจำนงเสรี

ผมใช้เส้นทางยิงบนทางแยกด้วยเจตจำนงเสรี
แต่ต้นไม้ล้มลงบนรถของฉันเนื่องจากการสุ่มของพายุ
เวลาที่ฉันอยู่ที่เตียงในโรงพยาบาลเป็นเวลาหนึ่งสัปดาห์ได้รับการกำหนดไว้ล่วงหน้าหรือไม่?
ฉันมีตัวเลือกที่จะไปยังจุดหมายปลายทางบนทางหลวง
ใครและทำไมการเดินทางของฉันจึงหยุดลงโดยไม่มีเหตุผล?

ในชีวิตประจำวันเราสับสนหลายครั้งว่าทำไมผมถึงตัดสินใจ
หากฉันใช้เส้นทางอื่นชีวิตคงอยู่ในสภาพที่ดีกว่านี้
เนื่องจากความสุ่มของจิตใจเราจึงผลักดันตัวเองไปยังตำแหน่งที่หลีกเลี่ยงได้
เจตจำนงเสรีเช่นกันอย่าให้เส้นทางที่ดีที่สุดแก่เราเสมอไปโดยปราศจากความว้าวุ่นใจ
แม้จะมีเจตจำนงเสรีหลักการความไม่แน่นอนของไฮเซนเบิร์กเป็นเพียงการแก้ปัญหาเท่านั้นหรือ?

ความรู้เกี่ยวกับฟิสิกส์หรือไม่มีความรู้สิ่งต่างๆเกิดขึ้นตามที่มันเกิดขึ้น
คนขับรถที่ดีที่สุดบางครั้งพบกับอุบัติเหตุทางรถยนต์ที่ผิดปกติและเสียชีวิต
เพื่อช่วยแม่และทารกแรกเกิดในการคลอดนรีแพทย์พยายามเสมอ
แต่สุ่มความพยายามและประสบการณ์ของพวกเขาไม่ได้ผลสำหรับใครบางคน
เหตุผลของการเสียชีวิตของแม่ที่มีสุขภาพดีไม่สามารถอธิบายได้โดยใคร

ปัญหา

ปัญหามีอยู่ทุกหนทุกแห่งในตนเองครอบครัวท้องถิ่นเมืองรัฐประเทศโลกและจักรวาล

บางครั้งมนุษย์สองคนไม่สามารถอยู่ร่วมกันได้ความแตกต่างที่พวกเขาไม่สามารถแก้ไขได้

บางครั้งในครอบครัวร่วมที่มีผู้คนมากเกินไปปัญหาที่ยากลำบากก็สามารถแก้ไขได้เช่นกัน

ประเทศเล็กๆที่มีการต่อสู้น้อยกว่าล้านปีเพื่อแยกจากกันฆ่าคนนับพัน

ประเทศใหญ่ที่มีประชากรพันล้านคนแก้ไขความขัดแย้งและก้าวต่อไปขจัดอุปสรรค

ทุกวันเราพบกับไวรัสและแบคทีเรียนับล้านแต่เราก็มีชีวิตอยู่กับปัญหานี้

การทำลายนิเวศวิทยาและสิ่งแวดล้อมทำให้ชีวิตของเราต้องแบกรับภาระเพิ่มเติม

แต่เรากำลังปรับใช้การเปลี่ยนแปลงความต้องการของเราในการแก้ไขปัญหาไม่ได้เกิดขึ้นอย่างกะทันหัน

กลไกการแก้ไขความขัดแย้งในดีเอ็นเอของมนุษย์และอารยธรรมมีความเกี่ยวข้องมาก

น่าแปลกใจที่ในเรื่องของสงครามอัตตาของจิตใจมนุษย์ทำให้เกิดความขัดแย้งอย่างถาวร

ครอบครัวพังทลายภราดรภาพระเหยไปความโลภพุ่งสูงขึ้น

แต่ในฐานะที่เป็นประเทศหนึ่งผู้คนยังคงแสดงให้เห็นถึงความสามัคคีและการผูกมัดที่มองไม่เห็น

ความพัวพันทางควอนตัมเข้ามามีบทบาทในช่วงภัยพิบัติทางธรรมชาติระหว่างศัตรู

ประเทศที่ไม่เป็นมิตรในสงครามช่วยให้สามารถทำงานร่วมกันเพื่อมนุษยชาติกองทัพต่อสู้ของพวกเขา

การแก้ไขความขัดแย้งเป็นเรื่องง่ายหากผู้นำใช้หัวใจของตัวเองไม่ใช่หุ่น

ชีวิตต้องการอนุภาคขนาดเล็ก

ชีวิตเป็นไปไม่ได้หากไม่มีโฟตอนพาร์ติเคิลไร้น้ำหนัก

ชีวิตเป็นไปไม่ได้หากไม่มีอิเล็กตรอนที่มีประจุลบ

คาร์บอนไฮโดรเจนออกซิเจนและธาตุที่จำเป็นต่อชีวิตมากเกินไป

หากไม่มีวิวัฒนาการและความหลากหลายทางชีวภาพชีวิตมนุษย์ในโลกก็ไม่สามารถดิ้นรนได้

สิ่งแวดล้อมนิเวศวิทยาความหลากหลายทางชีวภาพล้วนเปราะบางและเหมือนรังผึ้ง

โฮโมเซเปียนส์คิดว่าพวกเขาเป็นราชาของระบบสุริยะ

เราลืมไปว่าเช่นเดียวกับสิ่งมีชีวิตอื่นๆการดำรงอยู่ของเราก็เป็นแบบสุ่มเช่นกัน

ตัวแปรจำนวนมากเกินไปอาจทำให้รถเซ็นแอปเปิ้ลของเราตกหล่นก่อนที่เราจะรู้ตัว

การคาดการณ์ที่แม่นยำของโมเมนตัมและตำแหน่งเป็นไปไม่ได้ที่จะตีสิ่งที่ไม่คาดคิดและไม่รู้จักสามารถเกิดขึ้นได้โดยไม่มีการเขียนของมนุษย์

แม้แต่อดีตและอนาคตของชีวิตเราก็อยู่เหนือการควบคุมของเรา

ชีวิตในโลกมีความผันผวนมากกว่าน้ำมันเบนซินและการลาดตระเวน

ความรักภราดรภาพความสุขความสุขที่เราสามารถสร้างหรือทำลายได้อย่างง่ายดาย

เพื่อให้โลกเป็นสถานที่ที่สวยงามและเป็นสวรรค์ความเจ็บปวดเล็กๆน้อยๆที่เราควรใช้

มิฉะนั้นเช่นเดียวกับไดโนเสาร์จากโลกนี้เราจะถูกบังคับให้เก็บของ

ความเจ็บปวดและความสุข

ความสุขและความเจ็บปวดเป็นสององค์ประกอบที่แยกจากกันไม่ได้ของชีวิต

สัมพัทธภาพและงานพัวพันในทุกพื้นที่ของการดำรงอยู่

ความเจ็บปวดของร่างกายสามารถแสดงออกผ่านการแสดงออกทางสีหน้า

นอกจากนี้ความเจ็บปวดของจิตใจสามารถสะท้อนให้เห็นในร่างกายแม้ว่าเราจะซ่อน

ความสัมพันธ์ทางจิตใจและร่างกายผูกพันกันอย่างสมบูรณ์แบบสำหรับชีวิตที่จะขี่

ไม่มีการดำรงอยู่ของจิตใจโดยไม่มีร่างกายทางกายภาพของสสาร

แต่ถ้าไม่มีสติกองอะตอมก็ไม่สามารถทำอะไรที่เหนือกว่าและดีกว่าได้

สมการพลังงานสสารนั้นง่ายมากแต่ทำงานได้ยาก

การพัวพันของร่างกายจิตใจอาจเป็นรูปแบบคลื่นที่แตกต่างกัน

การแสดงออกของเราผ่านการพัวพันของร่างกายจิตใจก็เป็นแบบสุ่มเช่นกัน

ธรรมชาติรู้วิธีง่ายๆในการเปลี่ยนสสารให้เป็นพลังงานและในทางกลับกัน

นั่นคือเหตุผลที่ดาวกาแล็กซีจักรวาลและเราทุกคนมีอยู่ในโลก

กลไกของการเปลี่ยนสสารให้เป็นพลังงานและในทางกลับกันในสิ่งมีชีวิตมีอยู่โดยธรรมชาติ

เมื่ออารยธรรมมนุษย์สามารถค้นพบเคล็ดลับง่ายๆนี้

คลอโรฟิลล์สำหรับการสังเคราะห์ด้วยแสงจะเป็นส่วนหนึ่งของอิฐทางพันธุกรรมของเรา

ทฤษฎีฟิสิกส์

คนจนและคนรวยมีและไม่มี
กฎของฟิสิกส์ใช้กับทุกคนอย่างเท่าเทียมกัน
สำหรับทุกชีวิตแอปเปิ้ลจะตกอยู่เสมอ
แม้ว่าต้นแอปเปิ้ลอาจจะเตี้ยหรือสูง
แรงโน้มถ่วงเหมือนกันทุกเกมไม่ว่าจะเป็นคริกเก็ตหรือฟุตบอล

ความงามของฟิสิกส์คือมันไม่เคยแบ่งแยก
ไม่เหมือนกฎของกฎหมายที่พยายามสร้างความแตกต่างเสมอ
ธรรมชาติเป็นเรื่องง่ายดังนั้นกฎของธรรมชาติฟิสิกส์อธิบายเพียง
ง่ายแค่ไหนที่สมองของมนุษย์สามารถเข้าใจได้ว่าเป็นตรรกะหลัก
เพื่อที่จะเข้าใจกฎของธรรมชาติใดๆเราจำเป็นต้องใช้สมองของเราในการฝึ
กอบรม

สมมติฐานส่วนใหญ่ของฟิสิกส์ได้มาก่อนผ่านการคำนวณ
เพื่อให้ปรากฏการณ์ทางธรรมชาติบางอย่างเราสามารถมีคำอธิบายที่ง่าย
ทฤษฎีเมื่อทดสอบกับการทดลองและพิสูจน์แล้วว่าผิด
พวกเขาถูกทิ้งจากอารยธรรมของมนุษย์มาโดยตลอด
ทฤษฎีที่แท้จริงทนต่อการทดสอบของการทดลองและแข็งแกร่งขึ้น

สิ่งที่เกิดขึ้นได้เกิดขึ้นแล้ว

โดยไม่คำนึงถึงเจตจำนงเสรีของเราสิ่งต่างๆเกิดขึ้นแตกต่างกัน

ไม่ว่าอะไรจะเกิดขึ้นเราไม่มีทางเลือกที่จะย้อนกลับ

สิ่งหรือเหตุการณ์ที่เกิดขึ้นเมื่อมันต้องเกิดขึ้น

เราไม่มีทางเลือกอื่นแต่ต้องยอมรับความเป็นจริง

จนกระทั่งตอนนี้เทคโนโลยีไม่สามารถนำเรากลับไปสู่อดีตได้

ฟิสิกส์กล่าวว่าไม่มีความแตกต่างระหว่างอดีตปัจจุบันและอนาคต

ในทั้งสามโดเมนเวลามีลักษณะและธรรมชาติเหมือนกัน

แต่สมองของเรามีการเชื่อมต่อกับความเร็วของแสงในขอบฟ้าเหตุการณ์

ภาพลวงตาที่เรียกว่าเวลาสามารถกำหนดตำแหน่งทันทีของเราได้เท่านั้น

นี่อาจเป็นเหตุผลว่าทำไมหลายศาสนาจึงคิดว่าชีวิตคือภาพลวงตา

ทั้งกลศาสตร์คลาสสิกและกลศาสตร์ควอนตัมไม่มีคำอธิบาย

เหตุใดมนุษย์สองคนที่มีรหัสดีเอ็นเอเดียวกันจึงมีการแสดงออกทางอารมณ์ที่แตกต่างกัน

หากเวลาเป็นภาพลวงตาและเรากำลังอยู่ในโฮโลแกรมสามมิติ

แล้วอย่างไรและใครเป็นผู้สร้างโปรแกรมที่ยิ่งใหญ่เช่นนี้คือคำถาม

แต่ความเป็นจริงก็คือการบังคับให้เจตจำนงเสรีของเราเกิดขึ้นเราไม่มีทางออก

ทำไมอารมณ์จึงสมมาตร?

ไม่ดีหรือรวยประสบความสำเร็จหรือไม่ประสบความสำเร็จทั้งหมดเป็นกองอนุภาคพื้นฐาน

อะตอมในร่างกายของราชาผู้ยิ่งใหญ่ไม่แตกต่างจากวิชาของเขา

อารมณ์นำมาซึ่งความสุขความสุขและน้ำตาเดียวกันโดยไม่คำนึงถึงเชื้อชาติ

เมื่อพระเยซูถูกตรึงกางเขนความเจ็บปวดในร่างกายของพระองค์ไม่แตกต่างจากคนอื่น

ไม่มีใครรู้ว่าในนามของศาสนาประชาชาติทำไมเราถึงฆ่าผู้อื่น

แม้แต่อารมณ์ในสัตว์ก็ยังมีรูปแบบเดียวกันและสมมาตรกัน

เมื่อผู้คนฆ่าพวกเขาเพื่อความสุขอารมณ์ของมนุษย์ไม่ใช่สติปัญญา

มนุษย์ไม่เคยคิดว่าทุกสิ่งในจักรวาลทำจากวัสดุเดียวกัน

นั่นคือเหตุผลที่การตรึงกางเขนของพระเยซูมีความสำคัญและต่ออารยธรรมไม่ใช่ส่วนปลาย

สำหรับการดำรงอยู่ของชีวิตมนุษย์อารมณ์เช่นความรักความเกลียดชังความโกรธควรมีเหตุผล

เมื่อเราลืมความสมมาตรของชีวิตและไม่รู้สึกถึงความเจ็บปวดของผู้อื่น
การพลีพระชนม์ชีพของพระเยซูจะสูญเปล่าและชีวิตของเราจะวิกลจริต
คุณธรรมจริยธรรมมนุษยชาติทั้งหมดจะล่มสลายหากอนุภาคไม่สมมาตร
ทฤษฎีทั้งหมดของฟิสิกส์ปรัชญาและวิทยาศาสตร์จะเป็นสมมติฐาน
สำหรับการดำรงอยู่ของสิ่งมีชีวิตในโลกนี้ไม่ใช่ความคล้ายคลึงกันความสมมาตรเป็นสิ่งสำคัญ

ในความมืดมิดเรายังก้าวต่อไป

เมื่อฉันเข้าสู่ความมืดมิดของชีวิต
ฉันพยายามเพิ่มความแข็งแกร่งให้กับการยึดเกาะของฉัน
ถนนลื่นเกินกว่าจะเคลื่อนที่
ไม้เท้าของฉันสำคัญกว่าการสวดอ้อนวอนของฉัน
แต่คำอธิษฐานแสดงเส้นทางเหมือนหิ่งห้อย
เพื่อก้าวไปข้างหน้าทุกคืนที่ฉันพยายาม
คืนจะไม่มีวันกลายเป็นวัน
นั่นคือกฎของธรรมชาติ
ในความมืดฉันต้องไปให้ไกลกว่านี้
ความกลัวการบาดเจ็บจากการหกล้มเป็นเรื่องธรรมชาติ
การกระโดดจากหน้าผาไปสิ้นสุดการเดินทางนั้นผิดปกติ
เราเป็นทาสของรหัสพันธุกรรมและสัญชาตญาณ
การก้าวต่อไปและใช้ชีวิตแม้ในความมืดเป็นพื้นฐาน
ดังนั้นฉันกำลังเดินหน้าต่อไปและต่อไปฉันไม่รู้จุดหมายปลายทางของฉัน
แต่การอยู่นิ่งๆในความมืดมิดไม่ใช่ทางออก

เกมแห่งการดำรงอยู่

ความสมดุลแบบไดนามิกระหว่างผตน .และอนุภาคมูลฐานมีความสำคัญสำหรับสัตว์ลำดับล่างที่ไม่มีการมองเห็นด้วยตาและการสืบพันธุ์ทางเพศจักรวาลที่แตกต่างกันมีอยู่

พวกเขาไม่ได้ตระหนักถึงความงามที่หลากหลายของโลกที่สวยงามแม้ว่าพวกเขาจะมีกลไกทางประสาทสัมผัส

สำหรับโลกและกาแล็กซีสิ่งมีชีวิตที่มีลำดับต่ำกว่าอาจมีสมมติฐานที่แตกต่างกัน

แต่พวกเขายังเป็นผู้สังเกตการณ์ในจักรวาลการทดลองกรีดสองครั้งพิสูจน์ได้อย่างไม่ต้องสงสัย

แม้ในหมู่มนุษย์ที่ตาบอดจะมีการรับรู้ที่แตกต่างกันของโลกด้วยจินตนาการของตัวเองและการรับฟังจากผู้อื่นเท่านั้นจักรวาลจะเปิดกว้าง

คนหูหนวกที่ไม่มีเครื่องช่วยฟังในสมัยก่อนอาจคิดว่าโลกเงียบ

เรื่องราวการเข้าชมช้างโดยชายตาบอดหกคนไม่ได้เป็นเพียงเรื่องเล่าแต่มีความเกี่ยวข้องมาก

ทุกอย่างในโลกที่มองเห็นได้และมองไม่เห็นเชื่อมต่อกันอย่างแปลกประหลาดผ่านการพัวพันทางควอนตัม

สำหรับฉันจักรวาลไม่มีตัวตนเมื่อฉันตายสำหรับบรรพบุรุษของเราจักรวาลไม่มีอยู่แล้ว

การสังเกตการณ์ยังเป็นกระบวนการสองทางสำหรับการดำรงอยู่ของพื้นที่เวลาสสารและพลังงาน

ไม่มีฉันสำหรับฉันไม่ว่าจักรวาลจะขยายตัวหรือหดตัวไม่มีแม้แต่โคโรลลารี

ไม่ว่าฉันจะตัวเล็กแค่ไหนจักรวาลก็อาจสังเกตเห็นฉันตราบใดที่ฉันมีตัวตนอยู่ในขอบเขตของมัน

หลังจากการจากไปของฉันไม่ว่าจักรวาลจะมีอยู่สำหรับฉันหรือฉันมีอยู่สำหรับจักรวาลก็เหมือนกัน

การคัดเลือกโดยธรรมชาติและวิวัฒนาการ

การคัดเลือกตามธรรมชาติและวิวัฒนาการมีไว้เพื่อการเพิ่มประสิทธิภาพและบรรลุสิ่งที่ดีที่สุดเสมอ

แต่หลังจากวิวัฒนาการของโฮโมเซเปียนดูเหมือนว่าธรรมชาติกำลังพักผ่อนอย่างยาวนาน

เทคโนโลยีสำหรับการทำลายและการก่อสร้างได้รับการออกแบบและพัฒนาโดยผู้ชาย

ตอนนี้เราได้ตัดต่อพันธุกรรมอาหารเพื่อขจัดความหิวแต่ไข้หวัดนกบังคับให้เราต้องฆ่าไก่ของเรา

เทคโนโลยีนิวเคลียร์มีไว้สำหรับการจัดหาพลังงานและยังสำหรับการทำลายล้างโลก

ไม่มีใครสามารถรับประกันได้ว่าวันหนึ่งปุ่มนิวเคลียร์จะไม่กางออก

ธรรมชาติอาจทำให้ศีรษะมนุษย์สมมาตรได้อย่างง่ายดายด้วยสี่ตาและสี่มือ

จากนั้นการแทงข้างหลังของบรูตัสตลอดไปจากอารยธรรมมนุษย์จะหายไป

อาจเป็นหนึ่งหัวที่มีสองตาและสองมือเป็นระดับที่เหมาะสมที่สุดของธรรมชาติ

ธรรมชาติไม่สนับสนุนการพัฒนาโครงสร้างทางสรีรวิทยาของมนุษย์ต่อไป

วิศวกรพันธุกรรมและปัญญาประดิษฐ์ควรทำหรือไม่ตอนนี้เป็นคำถามทางจริยธรรม

แต่ถ้าเราเก็บแมวของ Schrödinger ไว้ในกล่องมนุษยชาติจะได้รับวิธีแก้ปัญหาที่มีเหตุผลได้อย่างไร?

ฟิสิกส์และรหัสดีเอ็นเอ

ฟิสิกส์และกลศาสตร์ควอนตัมจะอธิบายคุณธรรมและจริยธรรมอย่างไร
สิ่งเหล่านี้มีความสำคัญในชีวิตมนุษย์และการแสดงออกทางอารมณ์เป็นพื้นฐาน
หากไม่มีคุณธรรมจริยธรรมความซื่อสัตย์อารยธรรมภราดรภาพก็เป็นไปไม่ได้
ชีวิตมนุษย์ในวงโคจรควอนตัมแบบสุ่มจะเป็นหายนะและน่ากลัว
อาจจะถูกต้องและการที่จะหยุดการฆ่าคนง่ายๆตามกฎหมายจะเป็นไปไม่ได้

ชีวิตมนุษย์มีความซับซ้อนมากกว่าที่เราสามารถคาดเดาและอธิบายผ่านทางชีววิทยา
ไม่มีประวัติในพระคัมภีร์ใดๆวิธีที่เรากลายเป็นมนุษย์จากลิงตามลำดับเวลา
อย่างไรก็ตามเราอยู่ในความมืดเพื่อคิดค้นยาป้องกันและรักษาโรคมะเร็ง
พันธุกรรมและปัญญาประดิษฐ์สามารถกำจัดโรคทั้งหมดออกจากโลกได้ตลอดไปหรือไม่?
ในขณะที่เราก้าวไปสู่ความจริงของความเป็นจริงมากขึ้นและมากขึ้นคำถามมากกว่าคำตอบ

ความไม่แน่นอนของชีวิตได้ถูกจารึกไว้รหัสแห่งความกลัวและความงมงายในดีเอ็นเอของเรา

เหตุผลสำหรับการเกิดและการตายในทฤษฎีทางวิทยาศาสตร์ยังไม่มีทางออกที่พิสูจน์ได้

ต่ออำนาจเหนือธรรมชาติหลักการความไม่แน่นอนค่อนข้างเสริมสร้างความเชื่อมั่น

ไม่มีทางเลือกอื่นที่จะพายเรือไปกับความเชื่อของเราพร้อมกับทฤษฎีทางฟิสิกส์

หากไม่มีการพิสูจน์สมการของพระผู้เป็นเจ้าในการเปลี่ยนรหัสดีเอ็นเอศาสนาก็จะเจริญรุ่งเรืองต่อไป

ความเป็นจริงคืออะไร?

ความเป็นจริงเป็นเพียงโลกวัตถุเราสามารถมองเห็นและรู้สึกได้ด้วยอวัยวะของเราหรือไม่?

หรือเป็นเพียงภาพลวงตา (มายา) ตามที่ศาสนาอธิบาย

ฟิสิกส์ควอนตัมและอนุภาคพื้นฐานเป็นผู้เล่นที่แท้จริงในตำแหน่งหรือไม่?

แล้วจิตสำนึกของเราและอารมณ์อื่นๆของมนุษย์ล่ะ

ตอนนี้ฟิสิกส์ยังกล่าวอีกว่าในจักรวาลควอนตัมเราเป็นเพียงของจริงในท้องถิ่นเท่านั้น

จุดประสงค์ของชีวิตจิตสำนึกจิตวิญญาณและพระเจ้ายังคงอยู่นอกเหนือฟิสิกส์มุมมอง

ประสบการณ์และคำสอนของเราเกี่ยวกับอารยธรรมพัฒนาจริยธรรมของเราอยู่เสมอ

ความเป็นจริงเป็นแบบไดนามิกและแตกต่างกันสำหรับเด็กหนุ่มสาวและคนที่กำลังจะตาย

แต่ความรักความเกลียดชังความอิจฉาริษยาอัตตาและอารมณ์อื่นๆเป็นรหัสพันธุกรรม

คุณสมบัติและสัญชาตญาณคำสอนและประสบการณ์ทั้งหมดเหล่านี้ยังไม่สามารถกัดกร่อนได้

ความเป็นจริงยังมาในแพ็คเก็ตเช่นอนุภาคควอนตัมที่รอบคอบ

หากไม่มีสติไม่ต่อเนื่องชีวิตในโลกก็เป็นไปไม่ได้

หากความเป็นจริงคือภาพลวงตาเรากำลังอยู่ในโลกของโฮโลแกรมที่สร้างขึ้นโดยใครบางคน

ตอนนี้วิทยาศาสตร์กำลังพูดว่าแนวคิดเรื่องความเป็นจริงนี้ไม่ใช่เรื่องไร้สาระโดยสิ้นเชิง

จนกว่าเราจะยืนยันเกี่ยวกับจักรวาลคู่ขนานให้เราอยู่ที่นี่ด้วยความรักความเป็นพี่น้องและความเห็นอกเห็นใจ

กองกำลังฝ่ายตรงข้าม

การมีความสุขทุกวันเป็นจุดมุ่งหมายของชีวิตมนุษย์

หรือเพียงเพื่อความสะดวกสบายและลดความเจ็บปวดที่เราควรมุ่งมั่น

การมีชีวิตที่ยืนยาวและสะสมความมั่งคั่งเป็นไปตามวัตถุประสงค์ทุกประการ

หรือค้นหาความงามและความจริงที่มนุษย์ทุกคนควรเสนอ

ไม่มีสิ่งใดที่มนุษย์สามารถต่อต้านได้

แม้ว่าเราจะสละชีวิตทางวัตถุและเป็นพระภิกษุสงฆ์

ความเจ็บปวดโรคและความทุกข์ทรมานอาจมาและบังคับให้บีบแตร

พระสงฆ์และนักเทศน์ผู้รู้แจ้งยังมีความหิวโหย

ผู้คนกลับมาใช้ชีวิตตามปกติอีกครั้งการบอกว่าสละชีพนั้นไม่ชัดเจน

ไม่มีที่ใดในโลกที่มีฝนตกโดยไม่มีเมฆและฟ้าร้อง

หนึ่งในสัญชาตญาณพื้นฐานของธรรมชาติคือการอำนวยความสะดวกในความหลากหลาย

หากปราศจากความหลากหลายมนุษย์ก็ไม่สามารถคาดหวังความเจริญรุ่งเรืองได้เช่นกัน

ด้วยโปรตอนและนิวตรอนอิเล็กตรอนยังต้องอยู่ในสภาพสมานฉันท์

อารมณ์ความรู้สึกของมนุษย์ทั้งหมดยังไม่สามารถดำรงอยู่ได้หากปราศจากความสมมาตร

ชีวิตในร่างกายมนุษย์นั้นลึกลับและน่าชมเชย

การวัดเวลา

เวลาเป็นเพียงภาพลวงตาเท่านั้นดังนั้นจึงเรียกว่าโดเมนอวกาศและเวลาเพื่อให้รู้ว่ามันสำคัญ

การดำรงอยู่ของช่วงเวลาปัจจุบันนั้นน้อยมากขึ้นอยู่กับการวัด

การวัดอาจเป็นวินาทีที่สองไมโครวินาทีนาโนวินาทีหรือมากกว่านั้น

อดีตปัจจุบันและอนาคตจะซ้อนทับกันเพื่อให้เข้าใจโดยสมองมนุษย์ในปัจจุบัน

ในฟิสิกส์ไม่มีความแตกต่างระหว่างอดีตปัจจุบันและอนาคตและความเร็วเป็นสิ่งสำคัญ

เวลาอาจเป็นสมบัติของธรรมชาติสำหรับสมดุลทางอุณหพลศาสตร์ผ่านเอนโทรปี

หรือกระบวนการในการแสดงให้เห็นถึงการสลายตัวและความตายผ่านการยุบตัวของการทำงานของคลื่น

ไม่มีเวลาสำหรับระบบสุริยะก่อนที่ดาวเคราะห์จะเริ่มหมุนดวงอาทิตย์

ไม่ว่าจะเป็นสสารพลังงานอนุภาคพื้นฐานหรือคลื่นแต่เวลาคือความสนุกที่แท้จริง

เช่นเดียวกับอารมณ์และสัญชาตญาณพื้นฐานของสิ่งมีชีวิตเวลาเป็นสิ่งลวงตาแต่ดูเหมือนว่าเวลาจะดำเนินไปเสมอ

อวกาศเวลาแรงโน้มถ่วงแรงนิวเคลียร์และแม่เหล็กไฟฟ้าผสมกันอย่างลงตัว

การแยกเวลาในโดเมนทางกายภาพออกจากคุณสมบัติทางธรรมชาติอื่นๆเป็นไปไม่ได้

ระบบการวัดเวลาในปัจจุบันเป็นเพียงตารางเวลาที่มนุษย์สร้างขึ้นเท่านั้น

แม้แต่สัมพัทธภาพก็จะเป็นสัมพัทธภาพกับเอกภพคู่ขนานหากมันมีอยู่จริงทางกายภาพ

ความเข้าใจของสมองและการวัดเวลาอาจแตกต่างกันโดยสิ้นเชิง

อย่าคัดลอกส่งวิทยานิพนธ์ของคุณเอง

ความรวดเร็วปัจจุบันและอนาคตทั้งหมดรวมกันเป็นหนึ่งเดียวในขณะที่เกิดเหมือนอะตอม

หลังคลอดชีวิตจะกลายเป็นแบบสุ่มทันทีเหมือนอิเล็กตรอนที่ไม่เสถียรที่โคจรอยู่

เมื่อชีวิตดำเนินต่อไปมันจะกลายเป็นเหมือนฟองสีรุ้งที่เปล่งสีต่างๆออกมา

นอกจากนี้ยังค่อยๆเคลื่อนตัวไปยังหุบเขาแห่งความตายเหมือนนักโทษสงครามที่พ่ายแพ้

อีกครั้งที่อดีตปัจจุบันและอนาคตเป็นหนึ่งเดียวและชีวิตก็มาถึงจุดสิ้นสุดในฐานะผู้บุกเบิก

ผู้สังเกตต้องมีตัวตนในการสังเกตโลกเช่นเดียวกับหลังจากความตายไม่มีความหมายของพลังงานสสารอวกาศเวลา

การทำให้ชีวิตมีชีวิตชีวาและมีนัยสำคัญจากช่วงเวลาที่เป็นหนึ่งเดียวไปสู่ช่วงเวลาที่เป็นหนึ่งเดียวเป็นสิ่งสำคัญ

ทุกอย่างไม่มีสาระสำคัญและไม่มีความสำคัญเมื่อผู้สังเกตการณ์จากไป

ความเจ็บปวด, ความสุข, อัตตา, ความสุข, เงิน, ความมั่งคั่งทั้งหมดจะหายไปและถูกฉีกออกจากกัน

จุดต่อจุดเป็นสิ่งสำคัญจากชีวิตความรักความสุขความสุขและความร่าเริงไม่ได้แยกออกจากกัน

หากชีวิตมีการสั่นสะเทือนเท่านั้นตามที่อธิบายโดยทฤษฎีต่อย ใครบางคนอาจกำลังเล่นกีตาร์

แน่นอนว่านักดนตรีนิรันดร์จะไม่เล่นให้เราฟังตลอดไป

เต้นตามจังหวะเพลงอย่างสมบูรณ์แบบที่สุดเท่าที่คุณจะทำได้และเพลิดเพลินตราบเท่าที่คุณยังมีตัวตนอยู่

การไหลตามธรรมชาติของเหตุการณ์ที่ไม่มีนักเต้นคนใดสามารถหลีกเลี่ยงได้หรือผลลัพธ์ที่เราสามารถต้านทานได้

ทำตาม ikigai
ของคุณเองและเพลิดเพลินไปกับการปรับแต่งและในที่สุดก็ส่งวิทยานิพนธ์ที่ยอดเยี่ยมของคุณ

จุดประสงค์ของชีวิตไม่ใช่เสาหิน

ในการสุ่มและการดำรงอยู่ที่ไม่มีจุดมุ่งหมายของอนุภาคพื้นฐาน
การค้นหาจุดประสงค์ของชีวิตและประสบการณ์ของตนเองไม่ใช่เรื่องง่ายหรืองายนัก
ทุกช่วงเวลาที่เราพยายามก้าวไปข้างหน้าจะมีแรงต้านทั้งภายในและภายนอก
จิตจะเคลื่อนที่แบบสุ่มเหมือนอิเล็กตรอนแรงโน้มถ่วงจะดึงทุกการเคลื่อนไหว
เพื่อตอบสนองความต้องการทางชีวภาพเราจะยุ่งอยู่กับอาหารผ้าและที่พักพิงที่ได้รับมอบหมาย

เป็นเรื่องดีที่บรรพบุรุษของเราได้ประดิษฐ์ไฟวงล้อการเกษตรโดยไม่ต้องรักษาลิขสิทธิ์
มิฉะนั้นความก้าวหน้าอารยธรรมจะไม่หลากหลายและมีสีสันแต่น้ำแน่น
แม้ในช่วงอารยธรรมเก่าแก่บางคนก็กังวลเกี่ยวกับวัตถุประสงค์ของชีวิตที่เกินความต้องการทางกายภาพ
ดังนั้นเพื่อสังคมและมนุษยชาติพวกเขาตั้งสมมติฐานปรัชญาเพื่อปรับสมดุลความโลภของมนุษย์
แต่จนถึงตอนนี้นอกเหนือจากการมีชีวิตอยู่วิทยาศาสตร์และปรัชญาไม่สามารถระบุได้ว่าจุดประสงค์ของสายพันธุ์มนุษย์คืออะไร

สำหรับพวกเราหลายคนจุดประสงค์ของชีวิตคือการค้นหาความงามและความจริงเพื่อค้นหาจุดประสงค์ของตัวเอง

การดำรงอยู่ของเราอาจเป็นภาพลวงตาโดยไม่มีเหตุผลแต่เรื่องราวของเราเองเราสามารถเรียบเรียงได้อย่างสวยงาม

ในตอนท้ายไม่ว่าเราจะพบจุดประสงค์ของเราหรือไม่ก็ตามเราต้องเชื่อฟังกฎแห่งความตาย

ดีกว่ามีความสุขและสนุกกับชีวิตด้วยความรักการกุศลและการเดินทางไปทั่วโลกด้วยศรัทธาของคุณเอง

ไม่มีมนุษย์คนใดเป็นเกาะชีวิตมนุษย์กำลังพัฒนาผ่านวิวัฒนาการอย่างต่อเนื่องวัตถุประสงค์ไม่ใช่เสาหิน

ต้นไม้มีวัตถุประสงค์หรือไม่?

ต้นไม้แบบสแตนด์อโลนที่มีสติสัมปชัญญะต่ำนั้นมีจุดประสงค์อะไร?

ไม่ว่าจะเคลื่อนไหวหรือพูดไม่ได้ไม่มีอารมณ์เช่นความรักอัตตาหรือความเกลียดชัง

ความต้องการเพียงอย่างเดียวคืออาหารที่จะมีชีวิตอยู่ที่ว่าอากาศน้ำและแสงแดดที่เป็นวัตถุดิบมากเกินไปจะได้รับฟรี

เตรียมอาหารของตัวเองผ่านคลอโรฟิลล์ผ่านการสังเคราะห์แสงและยืนเป็นต้นไม้

ไม่มีความเห็นแก่ตัวยกเว้นสัญชาตญาณที่จะมีชีวิตและสืบพันธุ์ลูกหลานในอนาคต

แต่ในระบบนิเวศต้นไม้โดยรวมมีวัตถุประสงค์ที่ใหญ่กว่าสำหรับสัตว์อื่นๆ

นกและแม้แต่แมลงอาจมีสติสูงกว่าต้นไม้

แต่ถ้าไม่มีต้นไม้นกก็ไม่มีอาหารหรือที่พักพิงหรือออกซิเจนที่จำเป็นมากในการหายใจ

สัตว์ที่มีลำดับสูงกว่าช้างที่มีการรวมตัวกันของอะตอมจำนวนมากไม่สามารถอยู่รอดได้หากไม่มีป่า

โดยรวมแล้วสำหรับการอยู่ร่วมกันรอบๆต้นไม้สำหรับการอยู่รอดอนุญาตให้โครงสร้างสิ่งมีชีวิตอื่นๆ

พวกเราโฮโมเซเปียนส์ด้วยจิตสำนึกระดับสูงสุดขึ้นอยู่กับต้นไม้อย่างเท่าเทียมกัน

แต่จิตสำนึกของเราช่วยให้เราเป็นสัตว์สูงสุดที่จะตัดต้นไม้เราเป็นอิสระ

ด้วยสติปัญญาและเทคโนโลยีเรามีความสามารถในการสร้างระบบนิเวศของเราเอง

ป่าคอนกรีตที่มีร้านขายออกซิเจนเป็นที่พักพิงที่ต้องการและดีกว่าเสมอในวิวัฒนาการต้นไม้มาก่อนเราและถ้าเรามีวัตถุประสงค์ในเรื่องนี้ต้นไม้ไม่ใช่คนแปลกหน้า

เก่าจะยังคงมีค่าเสมอ

ไฟวงล้อและไฟฟ้าการค้นพบที่เปลี่ยนอารยธรรมของมนุษย์ยังคงสำคัญที่สุด

เพื่อคุณภาพชีวิตที่ดีขึ้นและความก้าวหน้าทางวิทยาศาสตร์เทคโนโลยีและอารยธรรมพวกเขามีอำนาจทุกอย่าง

สำหรับอารยธรรมสมัยใหม่พวกมันยังคงเป็นเหมือนออกซิเจนและน้ำโดยที่สิ่งมีชีวิตไม่สามารถดำรงอยู่ได้

ความเป็นสามฝ่ายของอารยธรรมสมัยใหม่โดยไม่คำนึงถึงเทคโนโลยีใหม่ๆจะยังคงอยู่เสมอ

หากไม่มีไฟฟ้าความจำเป็นที่ทันสมัยคอมพิวเตอร์และสมาร์ทโฟนก็จะพินาศเช่นกัน

อารยธรรมยังเป็นไปตามเส้นทางของวิวัฒนาการซึ่งเป็นสิ่งที่สำคัญที่สุดที่ค้นพบก่อน

แต่ความสำคัญของพวกเขาจะมองไม่เห็นเหมือนอากาศกับมนุษย์แม้ว่าพวกเขาจะไม่สามารถเกิดสนิมได้

เรารู้สึกถึงความสำคัญของไฟเมื่อถังแก๊สหุงต้มว่างเปล่าและไม่มีไฟ

เมื่อล้อของเครื่องบินล้มเหลวที่จะออกมาในระหว่างการลงจอดความตึงเครียดที่เรารู้สึกว่าหายาก

หากไม่มีไฟฟ้าโลกทั้งโลกจะหยุดชะงักโดยไม่มีการสื่อสารใดๆที่จะแบ่งปัน

สิ่งเก่าแก่คือทองคำใช้ได้กับการค้นพบและสิ่งประดิษฐ์อื่นๆอีกมากมายไม่สำคัญต่อความคิดของเราในตอนนี้

แต่ลองคิดถึงยาปฏิชีวนะและการวางยาสลบโดยที่สุขภาพในปัจจุบันของเราสามารถทำได้อย่างไร

ตอนนี้คอมพิวเตอร์และสมาร์ทโฟนกำลังได้รับความนิยมสูงสุดและถูกมองว่าเสื่อมสมรรถภาพทางเพศ

แต่พวกเขาไม่ใช่ทางออกที่ดีที่สุดสำหรับอารยธรรมและมนุษยชาติ

แก็ดเจ็ตและเทคโนโลยีใหม่ๆที่ไม่เหมือนใครไม่ช้าก็เร็วนักวิทยาศาสตร์จะพบ

ความท้าทายสำหรับอนาคต

ประวัติศาสตร์ของอารยธรรมเต็มไปด้วยสงครามการทำลายล้างและการสังหารผู้คน

แต่การเอาชนะทุกสถานการณ์ที่มนุษย์สร้างขึ้นอารยธรรมยังไม่หยุดนิ่ง

ภัยพิบัติทางธรรมชาติทำลายอารยธรรมที่เจริญรุ่งเรืองมากมายในอดีต

แต่แรงผลักดันที่จะก้าวหน้าและค้นหาคุณภาพชีวิตที่ดีขึ้นก็เดินหน้าต่อไป

มีกษัตริย์ที่ไม่ดีที่ฆ่าคนนับล้านและยังฉลาดเหมือนกษัตริย์ซาโลมอน

การค้นพบและสิ่งประดิษฐ์ทั้งหมดทำโดยคนที่คิดนอกกรอบ

วันหนึ่งมนุษย์มีความสามารถในการกำจัดโรคพิฆาตหลายชนิดเช่นโรคอีสุกอีใสขนาดเล็ก

วิทยาศาสตร์ของฟิสิกส์ในยุคปัจจุบันเริ่มต้นด้วยจินตนาการของกาลิเลโอและนิวตัน

จินตนาการมีความสำคัญมากกว่าความรู้ไอน์สไตน์กล่าวกับมนุษยชาติว่ามีความเกี่ยวข้อง

เพื่อศึกษาจักรวาลด้วยจินตนาการนักวิทยาศาสตร์กำลังแสดงความมุ่งมั่นของพวกเขา

โลกใหม่ของควอนตัมฟิสิกส์ออกมาเหมือนบทกวีที่สวยงามอธิบายความเป็นจริง

กลศาสตร์ควอนตัมยังเปิดให้กับอารยธรรมของมนุษย์ความเป็นไปได้นับไม่ถ้วน

แต่เรามีคำถามมากกว่าคำตอบเกี่ยวกับเวลาพื้นที่และแรงโน้มถ่วง

ผู้คนใหม่ๆกำลังสร้างภาพสมมติฐานทฤษฎีใหม่และทำการทดลองใหม่เพื่อรู้จักธรรมชาติ

ในขณะเดียวกันการสร้างสมดุลระหว่างระบบนิเวศสิ่งแวดล้อมและความหลากหลายทางชีวภาพเป็นความท้าทายที่ยิ่งใหญ่สำหรับอนาคต

ความงามและสัมพัทธภาพ

โลกนี้สวยงามด้วยมหาสมุทรภูเขาแม่น้ำน้ำตกและอื่นๆอีกมากมาย

ต้นไม้นกผีเสื้อดอกไม้ลูกแมวลูกสุนัขสายรุ้งอยู่ในร้านค้าของธรรมชาติ

แต่ความสวยงามไม่ใช่สิ่งที่สมบูรณ์และขึ้นอยู่กับผู้พบเห็นที่สังเกตธรรมชาติ

ความรู้สึกของความงามเปลี่ยนไปจากรุ่นสู่รุ่นและวัฒนธรรมสู่วัฒนธรรม

และนั่นคือเหตุผลที่ความงามมีความสัมพันธ์กันและที่สำคัญที่สุดคือต้องมีผู้สังเกตการณ์

หากไม่มีผู้สังเกตการณ์ที่มีสติและสายตาที่จะมองเห็นและสมองที่จะรู้สึกความงามก็ไม่มีความสำคัญ

สำหรับมนุษย์แล้วความงามที่ยังไม่ได้สำรวจและมองไม่เห็นภายใต้มหาสมุทรนั้นไม่มีความสำคัญ

การเพลิดเพลินกับความงามของธรรมชาติเป็นทางเลือกของแต่ละบุคคลและแม้แต่ผู้หญิงก็อาจจะสวยกว่าสำหรับใครบางคน

นี่ไม่ได้หมายความว่าโฮโมเซเปียนส์ผู้ชายไม่หล่อเลย

คำจำกัดความของความงามสำหรับเพศชายและเพศหญิงมีควอนตัมที่แตกต่างกัน

สมดุลแบบไดนามิก

มันใช้เวลาหลายล้านปีสำหรับแผ่นดินแม่ในการเข้าถึงสมดุลแบบไดนามิก
ตั้งแต่เริ่มต้นของโลกและวิวัฒนาการธรรมชาติเคลื่อนไหวเหมือนลูกตุ้ม
เมื่อสภาพภูมิอากาศโลกถึงสภาวะสมดุลแบบไดนามิกและก้าวต่อไป
กระบวนการวิวัฒนาการสร้างสัตว์อัจฉริยะที่เรียกว่ามนุษย์
มนุษย์เริ่มต้นแนวคิดของตนเองเกี่ยวกับความก้าวหน้าและความเจริญรุ่งเรือง
ภูมิทัศน์ธรรมชาติสภาพแวดล้อมแปลกๆที่พวกเขาทำให้สกปรก
เนินเขาถูกตัดให้กลายเป็นที่ราบแหล่งน้ำกลายเป็นบ้านพักอาศัย
ป่าถูกเปลี่ยนเป็นทะเลทรายตัดต้นไม้และพืช
แม่น้ำกั้นจนกลายเป็นทะเลสาบขนาดใหญ่ที่จมอยู่ใต้น้ำ
สมดุลแบบไดนามิกของวัฏจักรของน้ำเริ่มการย่อยสลาย
ภาวะโลกร้อนในขณะนี้ผลักดันสภาพภูมิอากาศไปสู่การเปลี่ยนแปลงที่ผันผวน
มลพิษที่เกิดจากมนุษย์เองตอนนี้ไม่ได้อยู่ในช่วงที่ยอมรับได้
น้ำท่วมการละลายของธารน้ำแข็งพายุหนาวกำลังสร้างความหายนะ
เพื่อคืนความสมดุลแบบไดนามิกโฮโมเซเปียนส์เทคโนโลยีใหม่ควรปลดล็อก.

ไม่มีใครหยุดฉันได้

ไม่มีใครหยุดฉันได้ไม่มีใครทำให้ฉันไขว้เขวได้
จิตวิญญาณของฉันไม่ย่อท้อทัศนคติของฉันเป็นบวก
ทั้งท้องฟ้าและขอบฟ้าไม่ได้เป็นปัจจัยจำกัด
ตัวผมเองเป็นนักแสดงในหนังของผมและเป็นผู้กำกับด้วย
อุปสรรคเข้ามาและออกไปเหมือนกลางวันและกลางคืน
แต่ฉันไม่เคยยอมรับความพ่ายแพ้ในการต่อสู้ใดๆในชีวิต
บางครั้งบนสังเวียนตำแหน่งของผมก็แน่นหนา
แต่ฉันก็เด้งกลับด้วยพลังทั้งหมดของฉันและอาจ
คนที่เคยหัวเราะเยาะฉันว่าบ้าและบ้า
พยายามหารายได้จากขนมปังและเนยทุกวันแม้ตอนนี้จะยุ่งอยู่ก็ตาม
หากฉันได้ฟังคำพูดของพวกเขาและยอมรับความพ่ายแพ้
วันนี้ตกโคลนฉันจะบอกว่ามันเป็นชะตากรรมของฉัน

ฉันไม่เคยพยายามทำให้สมบูรณ์แบบแ ต่พยายามทำให้ดีขึ้น

ฉันไม่เคยพยายามที่จะสมบูรณ์แบบในเรื่องใดๆหรือการสร้างสรรค์ของฉัน

ความสมบูรณ์แบบไม่ใช่จุดหมายปลายทางแต่เป็นกระบวนการที่ต่อเนื่อง

ไม่มีใครสามารถทำดอกกุหลาบได้ดีกว่าดอกกุหลาบตามธรรมชาติ

ธรรมชาติยังอยู่ในการเดินทางสู่ความสมบูรณ์แบบผ่านวิวัฒนาการ

แม้ว่าจะผ่านไปหลายพันล้านปีธรรมชาติก็ยังคงเคลื่อนไหวไปในทางที่ดีขึ้น

เมื่อเราจดจ่ออยู่กับความสมบูรณ์แบบเท่านั้นการเคลื่อนไหวของเราจะช้าลง

เรามุ่งเน้นไปที่อัญมณีในมือเท่านั้นและขัดมันให้เป็นมงกุฎที่สมบูรณ์แบบ

เราพลาดหลายสิ่งหลายอย่างในชีวิตและยังมีป่าที่หลากหลายในระหว่างการเดินทาง

การค้นหาความสมบูรณ์แบบทำให้วิสัยทัศน์ของเราแคบและชีวิตมีข้อจำกัดมากกว่าการแข่งขันทัวร์นาเมนต์

ฝึกฝนเพื่อทำให้ดีขึ้นจะนำไปสู่ความสมบูรณ์แบบโดยไม่มีข้อจำกัด

ทำการเปรียบเทียบเพื่อสิ่งที่ดีกว่าสิ่งที่ดีที่สุดไม่ใช่สิ่งที่แน่นอน

การเปลี่ยนแปลงเกิดขึ้นทุกขณะโดยไม่มีการข่มขู่หรือการกล่าวอ้างใดๆ

กฎและแรงกระตุ้นของธรรมชาติคือการเปลี่ยนแปลงและทำให้วันพรุ่งนี้ดีขึ้น

หากเราบรรลุความสมบูรณ์แบบการเดินทางเพื่อค้นหาความจริงและความงามของเราจะสิ้นสุดลง

ชีวิตจะไม่มีความหมายดังนั้นจักรวาลก็จะแตกต่างกันเช่นกัน

พระอาจารย์

ความพัวพันของครูและนักเรียนเป็นเหมือนความพัวพันทางควอนตัม
ความสัมพันธ์ของนักเรียนกับครูที่ดีนั้นถาวร
ความเคารพมาจากบุคลิกภาพและคำสอนที่มีคุณภาพของครู
สิ่งที่เราเรียนรู้จากครูที่ดีจงอยู่ในใจและหัวใจของเราตลอดไป
ในวันครูครูที่รักและยอดเยี่ยมของเราทุกคนที่เราจำได้

การเคารพครูไม่สามารถบังคับหรือบังคับนักเรียนได้
ลักษณะพฤติกรรมและคุณภาพการสอนมีความเกี่ยวข้องมากขึ้น
เมื่อครูกลายเป็นเพื่อนที่ต้องการปัญหาทางอารมณ์และส่วนตัว
สำหรับนักเรียนตลอดชีวิตครูยังคงเป็นตราสัญลักษณ์
ความรักและความเคารพเป็นกระบวนการสองทางซึ่งจะต้องมีอยู่ในครูทุกคน
ylem

ความสมบูรณ์แบบลวงตา

ความสมบูรณ์แบบคือการไล่ล่าที่ยากภาพลวงตาและภาพลวงตา
อย่าไล่ตามผีเสื้อและทำลายปีกของมัน
การทำวันนี้ให้ดีกว่าเมื่อวานเป็นวิธีที่ง่าย
คุณถึงระดับความสมบูรณ์แบบที่คุณต้องการในระยะเวลาที่กำหนด
ฝึกนำไปสู่ความสมบูรณ์แบบทีละนิ้ว
นอกจากนี้ยังเป็นสิ่งสำคัญที่จะเล่นกับครอบครัวบนชายหาด
การทำเช่นนี้จะลบใยแมงมุมของคุณและช่วยฝึกซ้อมได้มากขึ้น
วันหนึ่งคุณพบผีเสื้อที่สวยงามบินอยู่ในชายฝั่งทราย
การสร้างสรรค์สิ่งใหม่ๆด้วยความสมบูรณ์แบบจะเป็นหัวใจหลักของคุณ
ผู้คนจะชื่นชมผลลัพธ์ของคุณและจะยืนอยู่บนประตูของคุณ

ยึดมั่นในค่านิยมหลักของคุณ

ฉันยึดมั่นในหลักการและค่านิยมหลักของฉันเสมอ
ดังนั้นฉันจึงไม่เสียใจกับสิ่งที่ฉันพลาดไปหรือได้รับ
ความจริงและความซื่อสัตย์แม้ในสถานการณ์ที่เลวร้ายที่สุดฉันก็ไม่เคยละทิ้ง
เพื่อความมุ่งมั่นฉันชอบที่จะเป็นบุคคลล้มละลาย
แทนที่จะหลอกลวงผู้อื่นด้วยวิธีการฉ้อโกง
ความสูญเสียทางการเงินของฉันได้รับการพิสูจน์แล้วว่าเป็นผลกำไรระยะยาวของฉัน
ความจริงความซื่อสัตย์และความมุ่งมั่นให้ร่มในช่วงฝนตก
ผู้คนใช้ประโยชน์จากความนุ่มนวลของฉันโดยไม่รู้จักฉัน
แต่ในระยะยาวผมยืนหยัดความพากเพียรของผมคือกุญแจสำคัญ
ผู้คนมาและจากไปเมื่อค่านิยมของฉันไม่สนับสนุนพวกเขา
ด้วยความเพียรพยายามและรอยยิ้มฉันจะเดินหน้าต่อไปในดินแดนของฉัน
ด้วยท้องว่างเมื่อฉันนอนหลับใต้ท้องฟ้าโดยไม่โทษคนอื่น
พลังที่มองไม่เห็นบางอย่างอยู่ข้างหลังฉันเหมือนพ่อของฉันเสมอ
ความซื่อสัตย์สุจริตความซื่อสัตย์ความจริงไม่ใช่วิทยาศาสตร์จรวด
เราต้องทำให้พวกเขามีส่วนร่วมในฐานะจิตสำนึกและมโนธรรมของเรา
ค่านิยมที่ไม่มีใครสามารถวัดได้ในแง่ของเงินหรือความมั่งคั่ง
ค่านิยมทั้งหมดจะอยู่กับฉันและจะไปกับฉันเมื่อตาย

สิ่งประดิษฐ์แห่งความตาย

การประดิษฐ์หรือการค้นพบความตายเป็นการค้นพบครั้งแรกของโฮโมเซเปียนส์หรือไม่?

ความตายมีความสำคัญในความก้าวหน้าของอารยธรรมมากกว่าไฟและกงล้อ

ข้อจำกัดของเวลากระตุ้นให้มนุษย์พยายามเพื่อความเป็นอมตะ

ในที่สุดมนุษย์ก็ตระหนักว่าความพยายามทั้งหมดที่จะเป็นอมตะคือความไร้ประโยชน์

อารยธรรมก้าวต่อไปและตระหนักว่าความตายคือความเป็นจริงสูงสุด

พระพุทธเจ้าพระเยซูและบรรดานักเทศน์แห่งความจริงสิ้นพระชนม์เหมือนใครๆ

พวกเขายังสอนด้วยว่าทุกสิ่งในโลกนี้ไม่มีจริงยกเว้นความตาย

สันติภาพและอหิงสามีความสำคัญต่อมนุษยชาติมากกว่าสงคราม

แต่จากอารยธรรมเสรีสงครามโฮโมเซเปียนส์ยังห่างไกล

อีกครั้งที่มนุษย์กำลังพยายามเพื่อความเป็นอมตะย้ายไปยังดาวฤกษ์

แม้ว่าจะรู้เกี่ยวกับความเป็นจริงของความตายแล้วผู้คนก็ทะเลาะกัน

ด้วยความเป็นอมตะในฐานะสายพันธุ์สำหรับมนุษย์มันจะเป็นไปไม่ได้สำหรับการผสานรวม

เมื่อมีอาวุธนิวเคลียร์อยู่ในมือผู้คนจะลืมความตายของตัวเอง

การทำลายทุกสิ่งมีชีวิตอาจเป็นวันหนึ่งที่ชะตากรรมของเรา

หลายล้านปีหลังจากนั้นบางสายพันธุ์จะกำจัดสงครามและความเกลียดชังได้อย่างสมบูรณ์

ความมั่นใจในตนเอง

ความมั่นใจในตนเองจะนำมาซึ่งความภาคภูมิใจในตนเอง
หากไม่มีความมั่นใจในตนเองคุณก็ไม่สามารถเติมเต็มความฝันได้
ด้วยความมั่นใจความรู้และปัญญาจะทำงานได้ดีขึ้น
การทำงานหนักของคุณจะผลักดันคุณไปสู่ความฝันด้วยกันทั้งหมด
ความฝันจะกลายเป็นจริงเมื่อคุณเคลื่อนไหวในอนาคต
ความเพียรและความอุตสาหะมาพร้อมกับความมั่นใจในตนเอง
ด้วยความมุ่งมั่นคุณสามารถเอาชนะความต้านทานทั้งหมดได้อย่างง่ายดาย
ความฝันของคุณจะยิ่งใหญ่ขึ้นเรื่อยๆ
ในทัศนคติของคุณในทุกขั้นตอนเพียงแค่ทำมันจะกระตุ้น
ชุดความคิดของคุณประสิทธิภาพและผลลัพธ์ทั้งหมดจะเปลี่ยนไปตลอดกา
ล

เรายังคงหยาบคาย

ในขณะที่เราย้อนกลับไปในขอบเขตของเวลา
ทุกอย่างไม่สมบูรณ์แบบยอดเยี่ยม
การถือกำเนิดของโฮโมเซเปียนส์เป็นก้าวกระโดดที่ยิ่งใหญ่
หลังจากนั้นหลายพันปีที่ผ่านมากระบวนการช้าธรรมชาติเก็บ
บางครั้งมีเสียงบี๊บที่มองเห็นได้และได้ยิน
คาดหวังโฮโมเซเปียนส์วิวัฒนาการเพื่อผู้อื่นหลับตลอดไป
โลกกลายเป็นความชั่วร้ายของมนุษย์ที่ชาญฉลาด
เพื่อความสะดวกสบายและความสุขพวกเขาค้นพบหลายสิ่งหลายอย่าง
กระบวนการทางธรรมชาติยังผลักดันเผ่าพันธุ์มนุษย์จำนวนมากออกจากสังเวียน
พลังธรรมชาติยังคงอยู่นอกเหนือการควบคุมของโฮโมเซเปียนส์
ดังนั้นเพื่อทานอาหารมื้อเย็นให้กับกองกำลังตามธรรมชาติที่มนุษย์ถูกบังคับให้ลาออก
แทนที่จะควบคุมกองกำลังตามธรรมชาติมนุษย์ทำลายความหลากหลาย
นิเวศวิทยาและสิ่งแวดล้อมสูญเสียความงามและจำนวนมาก
แม้แต่การเชือดเพื่อนโฮโมเซเปียนของตัวเองก็เป็นเรื่องธรรมดา
สงครามครูเสดและสงครามโลกถูกต่อสู้ฆ่าคนนับล้านโดยการสุ่ม
พระเยซูถูกตรึงกางเขนนานมาแล้วเพราะพยายามสอนสันติสุขและความจริง
แต่จนถึงตอนนี้เรายังคงหยาบคายต่อธรรมชาติสิ่งแวดล้อมนิเวศวิทยาและมนุษยชาติ

เหตุใดเราจึงกลายเป็นความโกลาหล?

สันติภาพความสงบความสม่ำเสมอและระเบียบโลกเดียวเป็นไปไม่ได้กฎของอุณหพลศาสตร์คือเหตุผลมันง่ายมาก

เพื่อไปสู่การสั่งซื้อจากจักรวาลที่ไม่เป็นระเบียบเอนโทรปีจะต้องลดลงแต่กฎเอ็นโทรปีเป็นศาสตร์หนึ่งในมงกุฎที่สำคัญที่สุด

ในการจัดเรียงอนุภาคพื้นฐานเวลาจะต้องย้อนกลับลงมา

ในฟิสิกส์ไม่มีความแตกต่างระหว่างอดีตปัจจุบันและอนาคต

ทุกอย่างเหมือนกันหมดเมื่อเราเห็นสิ่งเหล่านี้จากคุณสมบัติของธรรมชาติ

สิ่งนี้อาจเป็นมิลลิวินาที, ไมโครหรือนาโนวินาทีสำหรับการวัด

การมีอยู่ของผู้สังเกตการณ์ในการสังเกตการณ์ดังกล่าวมีความสำคัญมากขึ้น

พลังงานสีดำปฏิสสารและมิติอื่นๆอีกมากมายที่ยังคงมีอำนาจทุกอย่าง

โดยไม่ต้องรู้ทุกมิติเราสามารถอธิบายจักรวาลได้เช่นม่านบังตาที่อธิบายช้าง

แต่สำหรับความจริงสูงสุดที่จะอธิบายได้อย่างง่ายดายมิติที่ไม่รู้จักทั้งหมดมีความสำคัญ

ความน่าจะเป็นทางควอนตัมยังมีความน่าจะเป็นในขอบเขตที่ไม่มีที่สิ้นสุดของมิติ - เวลาพลังงานสสาร

ถ้าเราไม่สามารถอธิบายและเข้าใจมิติที่มองไม่เห็นทั้งหมดได้ฟิสิกส์จะนำมาซึ่งการทำงานร่วมกันได้อย่างไร

แม้ว่าเราจะข้ามขีดจำกัดของความเร็วแสงเพื่อเคลื่อนที่ไปยังกาแล็กซีเพื่อทราบทั้งหมด

ก่อนที่เราจะกลับมาระบบสุริยะของเราอาจล่มสลายเนื่องจากไม่มีพลังงานที่จำเป็นและตกลงมา

จะมีชีวิตอยู่หรือไม่มีชีวิตอยู่?

นักวิทยาศาสตร์และนักวิจัยได้คาดการณ์ความเป็นอมตะของมนุษย์ในเร็วๆ นี้

ด้วยปัญญาประดิษฐ์จะมีความเจริญทางเทคโนโลยี

สำหรับความเจ็บปวดทางร่างกายและความทุกข์ทรมานของร่างกายมนุษย์จะไม่มีที่ว่าง

ชีวิตจะเต็มไปด้วยความสุขและความเพลิดเพลินโดยไม่ต้องทำงานใดๆ

ไม่จำเป็นต้องลงทุนเพื่ออนาคตในตลาดหุ้นเก็งกำไร

อาหารที่จัดทำโดยหุ่นยนต์จะมีรสชาติของสวรรค์ที่แตกต่างกัน

ร่างกายกีฬาและความบันเทิงจะดีที่สุด

ผู้คนจะไม่เข้าใจความแตกต่างระหว่างงานและการพักผ่อน

นักวิทยาศาสตร์ยังไม่ได้คาดการณ์ว่าอะไรจะเป็นวัยเกษียณ

จะเกิดอะไรขึ้นกับผู้คนที่อยู่ในช่วงเกษียณอายุแล้ว

ไม่มีการคาดการณ์เกี่ยวกับอารมณ์ของมนุษย์เช่นความรักความเกลียดชังความอิจฉาและความโกรธ

จะมีการทะเลาะวิวาทและการต่อสู้ทางร่างกายมากขึ้นเนื่องจากร่างกายแข็งแรงขึ้นหรือไม่?

การมีชีวิตอยู่หรือไม่มีชีวิตอยู่ควรปล่อยให้เป็นหน้าที่ของบุคคลไม่มีกฎหมายให้หยุดตาย

แต่แม้หลังจากความเป็นอมตะแล้วข้ามั่นใจว่าจะมีการแยกจากกันและร้องไห้

ภาพขนาดใหญ่กว่า

บทบาทของฉันในจักรวาลนี้ในภาพใหญ่คืออะไร

คำถามที่ยากโดยไม่มีคำตอบที่น่าเชื่อถือ

การตอบเกี่ยวกับจุดประสงค์ในการดำรงอยู่ของฉันนั้นยากกว่า

ไม่มีการตอบกลับที่เฉพาะเจาะจงในด้านวิทยาศาสตร์และปรัชญาเพื่อโน้มน้าวฉัน

ฉันต้องก้าวไปข้างหน้าและค้นหามันคนเดียวจนจบ

จะไม่มีใครมากับฉันเพื่อค้นหาความจริง

ทุกคนรวมถึงครึ่งที่ดีกว่าของฉันได้เลือกเส้นทางที่แตกต่างกัน

ประสบการณ์และความเชื่อของฉันไม่มีใครเปลี่ยนแปลงได้ฉันต้องรีบูต

แต่ความทรงจำเกี่ยวกับสมองทางชีวภาพเป็นเรื่องยากที่จะลบและถอนรากถอนโคนโดยสิ้นเชิง

มันสามารถกลับมาเป็นซ้ำได้ตลอดเวลาโดยไม่มีเหตุผลและสาเหตุที่แน่ชัด

เว้นแต่ความเชื่อความรู้และสติปัญญาของฉันจะพบเหตุผลของชีวิต

ขยายขอบเขตของคุณ

ขยายขอบเขตความคิดของคุณเพื่อดูจักรวาลที่ไม่มีที่สิ้นสุดและความเป็นไปได้

เมื่อคุณออกจากกล่องดำและโซนความสะดวกสบายของคุณคุณจะเห็นความเป็นจริง

ทั้งกล้องส่องทางไกลและกล้องโทรทรรศน์ไม่สามารถช่วยให้คุณรู้สึกถึงจักรวาลที่ไม่มีที่สิ้นสุด

มันคือพลังแห่งจินตนาการของมนุษย์ที่สามารถเติมเต็มวิสัยทัศน์ที่เหนือเส้นขอบฟ้า

ดวงตาสามารถมองเห็นวัตถุได้แต่สมองสามารถวิเคราะห์ได้ด้วยเหตุผลทางวิทยาศาสตร์เท่านั้น

หากคุณไม่อนุญาตให้นกแก้วในความคิดของคุณออกไปจากกรงตั้งแต่อายุยังน้อย

มันจะพูดซ้ำเพียงไม่กี่คำเพื่อสร้างความบันเทิงให้ผู้อื่นในเวทีรอบๆ

ในขณะที่คุณขยายความคิดของคุณไปไกลกว่าการถอดแว่นตาสีคุณจะประหลาดใจ

วิสัยทัศน์ของคุณในการมองไปที่กาแล็กซีดาวหางและความเป็นจริงของชีวิตจะชัดเจนชีวิตของคุณคุณสามารถผ้าพันแผล

เมื่อคุณมีภูมิปัญญาที่แท้จริงในการทำความเข้าใจธรรมชาติรอยเท้าของคุณในอนาคตจะตามรอย

การขยายขอบเขตความคิดเป็นเรื่องง่ายเพราะกุญแจของกล่องดำอยู่ในมือคุณแล้ว

เพียงแค่กำจัดฝุ่นของคำสอนเก่าแก่และอคติทางศาสนาออกจากกุญแจที่วางอยู่บนทราย

หากกาลิเลโอสามารถทำให้มันมีอายุยาวนานชีวิตของคุณคุณสามารถเปลี่ยนแปลงได้อย่างง่ายดายไม่ต้องกลัวที่จะรุกราน

ชีวิตของคุณภูมิปัญญาของคุณเส้นทางของคุณจะไม่มีใครพยายามที่จะทำสีดอกกุหลาบหรือจะพยายามที่จะเข้าใจ

เวลาของคุณในโลกนี้มีจำกัดดังนั้นเร็วกว่าที่คุณตระหนักและการกระทำเป็นสิ่งที่ดีถ้าจำเป็นให้ชีวิตโค้งงอ

ฉันรู้

ฉันรู้ว่าไม่มีใครอาจจะร้องไห้เมื่อฉันตาย

นี่ไม่ได้หมายความว่าฉันควรหยุดรักผู้คน

ฉันไม่ได้เกิดหรือมีชีวิตอยู่เพื่อทำงานเพื่อน้ำตาจระเข้หลังจากการตายของฉัน

แต่ฉันจะรักผู้คนและอยู่ในใจของพวกเขา

ความเอื้ออาทรและความช่วยเหลือของฉันจะมีคนจำได้ในความเงียบ

ดังนั้นการทำดีต่อผู้คนและมนุษยชาติจึงเป็นสิ่งสำคัญและความรอบคอบของฉัน

ฉันไม่ต้องการคำชมที่ผิดๆจากคนเห็นแก่ตัวเพื่อผลประโยชน์ของตนเอง

ช่วยให้สุนัขและสัตว์ข้างถนนที่ไร้เดียงสาสมบูรณ์แบบได้ดีกว่า

การพิมพ์คาร์บอนน้อยลงและการปลูกต้นไม้จะมีผลกระทบที่ดียิ่งขึ้น

ความรักและการกุศลของฉันไม่ได้มีไว้เพื่อการกลับมาหรือคาดหวังบางสิ่งบางอย่าง

มันมีไว้สำหรับการเผยแพร่ความเป็นพี่น้องและสภาพแวดล้อมที่สงบสุขเพื่อนำมาซึ่ง

เพื่อผลักดันความเกลียดชังและความรุนแรงออกจากวงแหวนสังคม

แน่นอนว่าสักวันหนึ่งความรักทั้งหมดและความเกลียดชังจะไม่มีใครเป็นกษัตริย์

อย่าค้นหาด้วยวัตถุประสงค์และเหตุผล

เรามาถึงโลกนี้โดยปราศจากความปรารถนาหรือเจตจำนงเสรีเพื่อวัตถุประสงค์ใดๆ

แต่การเกิดของเรามีจุดประสงค์หลายประการที่จะเป็นลูกชายลูกสาวน้องสาวหรือทายาทที่ชัดเจน

พ่อแม่สังคมแก้ไขจุดประสงค์ของเราในการเรียนรู้สิ่งที่ค้นพบโดยบรรพบุรุษของเรา

ในการค้นหาความรู้ทักษะและภูมิปัญญาชีวิตของเรากลายเป็นอเนกประสงค์

หลังจากแต่งงานและมีลูกครอบครัวนิวเคลียสก็กลายเป็นจักรวาลของเรา

ในช่วงอายุยังน้อยเราไม่มีเวลาคิดถึงจุดประสงค์หรือความหมายของชีวิต

เพื่อให้บรรลุวัตถุประสงค์การกินและการนอนหลับที่ดีคือจุดประสงค์ที่ดีที่สุดที่เราสมควรได้รับ

เมื่อเราแก่ตัวลงเราเริ่มคิดถึงความหมายของการดำรงอยู่ของเรา

เพื่อจุดประสงค์ของชีวิตและเหตุผลในการสำแดงเราไม่ได้ยินเสียงสะท้อน

คนส่วนใหญ่ตายอย่างมีความสุข โดยไม่รู้วัตถุประสงค์และเหตุผล

สำหรับการค้นหาเพียงไม่กี่ครั้งเพื่อจุดประสงค์และเหตุผลชีวิตจะกลายเป็นภาพลวงตาหรือคุก

รักธรรมชาติ

เมื่อเราแยกตัวเองออกจากธรรมชาติมากขึ้นเรื่อยๆ
เราคิดถึงความเป็นจริงมากมายและสมบัติมากเกินไปในชีวิตของเรา
การอาศัยอยู่ในเมืองที่มีเครื่องปรับอากาศเป็นเพียงอนาคตของเราเท่านั้น
เรากำลังพยายามรักษาป่าเพื่อเป็นที่อยู่อาศัยของสิ่งมีชีวิตอื่น
แต่ทำลายธรรมชาติและนิเวศวิทยาเพื่อความสุขของเรา

ตั้งแต่เริ่มต้นอารยธรรมผู้คนอยู่กับธรรมชาติอย่างสบายใจ
แต่การพัฒนาอาคารสูงสมาร์ทโฟนเปลี่ยนไปโดยสิ้นเชิง
เรารับแคลอรี่มากขึ้นจากการนั่งอยู่ในบ้านแล้วจ่ายให้โรงยิม
การกินอาหารที่รวดเร็วและไม่ดีต่อสุขภาพหลายล้านคนต้องทนทุกข์ทรมานจากการขาดแคลเซียม
อะไรคือความสนุกของการใช้ชีวิตร้อยปีในเมืองสมัยใหม่ที่จ่ายเบี้ยประกันภัย

เราทำงานหนักเกินไปเพื่อความสะดวกสบายและความปลอดภัยในวัยชรา
แต่ลืมไปว่าสำหรับอนาคตที่ลวงตาเรากำลังทำลายปัจจุบันของเราในกรง
ชีวิตของปู่ผู้ยิ่งใหญ่ของเราซึ่งเราคิดว่าตอนนี้เป็นคนป่าเถื่อน
เพื่อให้สมดุลชีวิตกับเทคโนโลยีที่ทันสมัยและธรรมชาติต้องการความกล้าหาญ
การใช้ชีวิตอยู่ในอาการโคม่าเป็นเวลาหลายทศวรรษไม่ใช่ชีวิตจริงแต่เป็นทางเดินที่ว่างเปล่า

เกิดฟรี

เมื่อเราเกิดเราเกิดมาเป็นอิสระโดยไม่มีวัตถุประสงค์เป้าหมายพันธกิจและวิสัยทัศน์

สำหรับทุกการเคลื่อนไหวของเราพ่อแม่ครอบครัวและสังคมมีการบังคับที่แตกต่างกัน

จิตสำนึกของเราเกิดขึ้นจากสภาพแวดล้อมและสิ่งแวดล้อมที่เราอาศัยอยู่ ระบบคุณค่าไม่ได้ผ่านรหัสพันธุกรรมแต่เป็นสิ่งที่พ่อแม่ครูให้

เราเกิดมามีอิสระแต่ไม่มีอิสระที่จะเลือกภาษาความเชื่อศาสนาเมื่อเราเกิดในรัง

จิตใจของเราเติบโตขึ้นด้วยความกลัวความสงสัยและความคิดที่ถูกจำกัดสำหรับเป้าหมายร่วมกัน

การแบ่งส่วนมากเกินไปส่งผลกระทบต่อกรอบความคิดของเราและทุกขั้นตอนที่เราต้องทำตามการโทรส่วนใหญ่

เราเกิดมามีอิสระแต่ไม่สามารถเติบโตได้อย่างอิสระเนื่องจากข้อบกพร่องโดยธรรมชาติเพื่อความอยู่รอด

Homo sapiens มีสายพันธุกรรมที่จะอยู่กับความคิดฝูงและกลายเป็นสังคมและชีวิตของเราในนามของวรรณะความเชื่อสีผิวศาสนาที่ถูกบังคับให้กลายเป็นการเมือง

ในขณะที่เรากลายเป็นพลเมืองที่มีวุฒิภาวะเราสามารถมีเจตจำนงเสรีของเราที่มีจำนวนมากหากแต่

หากเราไม่ปฏิบัติตามกฎของเกมสิ่งที่เรียกว่าเสรีภาพของเราเมื่อใดก็ตามที่สังคมสามารถปิดได้

เราเกิดมามีอิสระแต่อิสรภาพของเราไม่มีอิสระโดยไม่มีข้อจำกัดทุกคนต้องปฏิบัติตาม

หากคุณทำสิ่งที่รุนแรงต่อความประสงค์ของสังคมและประเทศชาติของคุณฟองสบู่เสรีภาพจะระเบิดออกมา

อิสรภาพทางจิตใจเป็นขอบเขตที่น้อยลงและไม่มีที่สิ้นสุดหากคุณไม่กลัวและมีความไว้วางใจเป็นของตัวเอง

ช่วงชีวิตของเราดีเสมอ

ชีวิตที่ยืนยาวของเรานั้นดีเสมอ
ให้บริการตรงเวลาเราเริ่มทำงานและรับประทานอาหาร
เพลิดเพลินกับไวน์และไวน์กับเพื่อนๆในช่วงวันหยุดสุดสัปดาห์
ใช้เวลาของเราเองเป็นทรัพยากรเดียวของฉัน
ก่อนตายแน่นอนว่าเราจะเปล่งประกาย
เราไม่เคยตระหนักถึงสัมพัทธภาพในช่วงสมัยเรียนมหาวิทยาลัยของเรา
ไม่เคยมีเวลาไม่เคยฟังสิ่งที่พ่อแม่พูด
เราเห็นเพียงสายรุ้งบนท้องฟ้าแม้ในวันที่ฝนตก
เมื่อเราเกษียณหลังจากหกสิบห้าและเริ่มอยู่คนเดียว
ทฤษฎีสัมพัทธภาพจะมาถึงฮอร์โมนของเราโดยอัตโนมัติ
เราจะบอกว่าชีวิตไม่สั้นเกินไปและเวลาก็เร็วมาก
ตลอดไปในดินแดนของดาวเคราะห์โดดเดี่ยวเราจะไม่ต้องการที่จะมีอายุการใช้งาน
ในละครที่เรียกว่าชีวิตด้วยความจริงใจให้บทบาทของเราที่เราแสดง
สุขภาพอวัยวะการเคลื่อนไหวและจิตใจของเราจะเริ่มเป็นสนิม
วันหนึ่งเราจะมีความสุขที่ได้พักผ่อนในสุสานเก็บฝุ่น

ฉันไม่เสียใจ

ใครบางคนเกลียดฉันมันอาจเป็นความผิดของฉัน
ใครบางคนโกรธฉันมันอาจเป็นความผิดของฉัน
แต่ถ้ามีคนอิจฉาและอิจฉาผม
ความผิดพลาดอาจไม่ใช่ของฉันแต่ก็ไม่เป็นไร
แต่ฉันรักผู้เกลียดชังทุกคนและยิ้มให้พวกเขา
ฉันไม่เคยรู้สึกเหนือกว่าแต่ความรู้สึกด้อยกว่าเป็นความผิดของพวกเขาเอง
พวกเขาพยายามทำร้ายทางปัญญาโดยไร้ประโยชน์
แต่ไม่ใช่เพื่อแก้แค้นและให้อภัยผมแก้ปัญหาเสมอ
ฉันไม่สามารถหยุดความก้าวหน้าและการเคลื่อนไหวของฉันเพื่อทำให้ผู้อื่นพอใจได้
มันจะฆ่าความคิดสร้างสรรค์ของฉันและก้าวไปข้างหน้าตลอดไป
ดังนั้นเพื่อนๆที่รักของฉันฉันไม่เสียใจและฉันไม่สามารถย้อนกลับไปได้
ฉันกำลังทำสิ่งที่ฉันรักมนุษยชาติไม่ใช่รางวัลของคุณ.

ก่อนนอนและตื่นแต่เช้าตรู่

ก่อนนอนและก่อนที่จะลุกขึ้นทำให้มนุษย์มีสุขภาพดีร่ำรวยและฉลาด คำพูดยอดนิยมนี้อาจเป็นจริงหรือเท็จไม่มีข้อมูลทางวิทยาศาสตร์ที่แม่นยำ แต่ห้านาทีแรกเป็นสิ่งสำคัญมากสำหรับวันที่นาฬิกาปลุกเพิ่มขึ้น ก่อนที่คุณจะคิดที่จะเลื่อนการตื่นของคุณเป็นเวลาห้านาทีคิดสามครั้ง ห้านาทีจะกลายเป็นสองหรือสามชั่วโมงโดยไม่ต้องสงสัยเลย สำหรับความล่าช้าของคุณที่จะเริ่มกิจกรรมของวันช้าคุณเองจะตะโกน งานที่ดีในวันนี้ควรจะทำในวันนี้คือเลื่อนออกไปในวันพรุ่งนี้ ในวันถัดไปห้านาทีเดิมจะนำมาซึ่งความกดดันและความเศร้าโศกมากขึ้น นาทีจะค่อยๆกลายเป็นวันสัปดาห์และเดือนจะผ่านไปอย่างช้าๆ ฤดูกาลจะมาและไปตามปกติโดยไม่ต้องบอกคุณอย่างเงียบๆ คุณจะเฉลิมฉลองวันปีใหม่กับเพื่อนๆและคนอื่นๆอย่างมีความสุข ควรเข้านอนแต่เช้าและตื่นแต่เช้าและหลีกเลี่ยงที่จะหยุดสัญญาณเตือนอย่างสง่างาม

ชีวิตกลายเป็นเรื่องง่าย

ชีวิตกลายเป็นเรื่องง่ายมากกินพูดคุยหรือท่องสมาร์ทโฟน

ในห้างสรรพสินค้าหรือถนนที่พลุกพล่านที่สุดหรืออาหารยอดนิยมฉากเดียวกัน

เทคโนโลยีได้เปลี่ยนวิถีชีวิตและวิธีการแสดงออกของเราไปอย่างสิ้นเชิง

แต่สำหรับการเปลี่ยนแปลงทางจริยธรรมของกระบวนทัศน์เทคโนโลยีไม่มีทางออก

มนุษย์กลายเป็นปัจเจกบุคคลและเป็นศูนย์กลางของตนเอง

ในหูของอารยธรรมใหม่พร้อมกับโฮโมเซเปียนส์ทุกสายพันธุ์เข้ามา

ข้อกำหนดของพลังงานในการเคลื่อนที่ต้านแรงโน้มถ่วงและกองกำลังอื่นๆยังคงเหมือนเดิม

ความหิวโหยและความปรารถนาของสัญชาตญาณพื้นฐานจนถึงตอนนี้เทคโนโลยีไม่สามารถทำให้เชื่องได้

ชีวิตและความตายดิ้นรนเพื่อความอยู่รอดและชีวิตที่ดีขึ้นยังคงเป็นเกมเดิม

เทคโนโลยีเป็นกระบวนการที่ต่อเนื่องสำหรับชีวิตที่เรียบง่ายสำหรับความยุ่งเหยิงเราต้องถูกตำหนิ

การแสดงภาพการทำงานของคลื่น

โลกของอนุภาคควอนตัมหรืออนุภาคพื้นฐานนั้นแปลกพอๆกับจักรวาลเช่นเดียวกับดาวฤกษ์ที่อยู่ห่างไกลหลายล้านปีแสงเราไม่สามารถมองเห็นอนุภาคควอนตัมใดๆด้วยตา

แม้ว่าอนุภาคพื้นฐานจะมีอยู่ในทุกเรื่องที่เราสามารถมองเห็นรู้สึกและสัมผัสได้

กลไกของสมองของเราถูกจำกัดและสามารถมองเห็นหรือรู้สึกได้ด้วยวิธีการทางอ้อมเท่านั้น

แนวคิดของการพัวพันของโฟตอนหรืออิเล็กตรอนยังเป็นการสังเกตการณ์ทางอ้อมในบันทึก;

ผ่านการเปรียบเทียบของรองเท้าคู่หนึ่งแนวคิดของการพัวพันจะอธิบายให้เราฟัง

แต่ความไม่แน่นอนโดยธรรมชาติที่เกี่ยวข้องระหว่างถ้วยและริมฝีปากยังคงอยู่กับอนุภาคเสมอ

อนุภาครวมเข้าด้วยกันในรูปแบบที่แตกต่างกันในจักรวาลเพื่อสร้างวัสดุที่มองเห็นได้

แต่ยังไม่สามารถมองเห็นโปรตอนนิวตรอนอิเล็กตรอนและโฟตอนที่สวยงามด้วยตาแบบคล้องคอได้

ผ่านการทดลองเท่านั้นที่จะรู้เกี่ยวกับคุณสมบัติของอนุภาคประถมศึกษาเป็นไปได้;

ความรู้ของเราเกี่ยวกับดวงจันทร์หรือดาวเคราะห์ที่ใกล้ที่สุดยังไม่ครอบคลุมและสมบูรณ์

หากต้องการทราบเกี่ยวกับอนุภาคพื้นฐานจักรวาลและจักรวาลไม่มีใครสามารถกำหนดเวลาได้

อารยธรรมถูกผูกไว้เพื่อเรียนรู้ยกเลิกการเรียนรู้และเรียนรู้ทฤษฎีและสมมติฐานใหม่ๆ

แต่การที่จะรู้เกี่ยวกับจิตสำนึกจิตใจและจิตวิญญาณนั้นสำหรับมนุษย์ยังคงลวงตาและพื้นฐาน

วันหนึ่งแน่นอนว่าเราจะพบการล่มสลายของคลื่นของจิตสำนึกไม่มีอะไรสามารถจำกัดได้

แปดพันล้าน

ความรักเพศพระเจ้าและสงครามเป็นตัวกำหนดชะตากรรมของระบบนิเวศของอารยธรรม

สิ่งแวดล้อมและนิเวศวิทยามีความสำคัญสำหรับสภาพภูมิอากาศที่จะอยู่ในสมดุลแบบไดนามิก

เทคโนโลยีเป็นดาบสองคมสามารถสร้างหรือทำลายได้ตามภูมิปัญญาของเรา

เพื่อการพัฒนาเทคโนโลยีความรักเพศพระเจ้าและสงครามไม่สามารถทำให้เกิดอุปสรรคใดๆ

หากปราศจากความรักและเพศกระบวนการวิวัฒนาการจะหยุดลงหากปราศจากความก้าวหน้า

รามายณะมหาภารตะสงครามครูเสดสงครามโลกถูกบอกว่าเป็นการแก้ปัญหาด้วยการผ่าตัด

แต่วันนี้เทคโนโลยีกำลังมอบวิธีใหม่ๆภูมิปัญญาและทิศทางใหม่ๆให้แก่มนุษยชาติ

ในขณะเดียวกันเทคโนโลยีกำลังผลักดันสภาพแวดล้อมและนิเวศวิทยาไปสู่การทำลาย

พระผู้เป็นเจ้าทรงล้มเหลวในการรวมมนุษยชาติไว้เหนือวรรณะความเชื่อสีขอบเขตและศาสนา

มีเพียงความรักและเพศเท่านั้นที่รวมผู้คนเป็นมนุษย์และช่วยให้เรามีรายได้แปดพันล้าน

ฉัน

การดำรงอยู่ของฉันไม่มีสาระสำคัญต่อโลกระบบสุริยะและกาแล็กซีของเรา เพราะฉันสามารถมีส่วนร่วมในความผิดปกติเท่านั้นและเพิ่มเอนโทรปีของระบบ

ไม่มีทางหรือความเป็นไปได้ที่จะย้อนกลับการมีส่วนร่วมของฉันไปสู่ความผิดปกติ

การใช้พลังงานและสสารอย่างมีวิจารณญาณในช่วงชีวิตของเราเราสามารถพิจารณา

ไม่มีเทคโนโลยีในการกำจัดกฎของอุณหพลศาสตร์เพื่อลดเอนโทรปี

สิ่งเดียวที่ฉันทำได้คือลดมลพิษและคาร์บอนฟุตพริ้นท์ของฉันในโลกนี้

ฉันยังสามารถเผยแพร่รอยยิ้มความรักและความเป็นพี่น้องในหมู่โฮโมเซเปียนส์เพื่อนของฉัน

ผู้คนกำลังทำลายพืชและสัตว์ของโลกที่สวยงามอย่างรู้เท่าทัน

เรารู้สึกว่าเรามาที่โลกนี้เพื่อบริโภคและทำลายทรัพยากรธรรมชาติ

แต่สิ่งนี้ได้เปลี่ยนแปลงสภาพภูมิอากาศโลกและหลักสูตรในอนาคตอย่างไม่สามารถย้อนกลับได้

เทคโนโลยีสามารถให้แหล่งพลังงานที่แตกต่างมีประสิทธิภาพและนำกลับมาใช้ใหม่ได้

แต่การเพิ่มขึ้นของเอนโทรปีในวันหนึ่งจะระเบิดด้วยกองกำลังทำลายล้าง

ความสะดวกสบายทำให้มึนเมา

ความสะดวกสบายทำให้มึนเมาและเสพติด
ความปรารถนาอาหารและที่พักอาศัยนั้นเย้ายวนใจ
แต่ในคอมฟอร์ทโซนเรามีประสิทธิผลน้อยกว่า
นักวิทยาศาสตร์ไม่สามารถคิดค้นสิ่งใหม่ๆที่อาศัยอยู่ในโซนสบายได้
สำหรับการประดิษฐ์พวกเขาจะต้องไปล่องเรือในทะเลลึกเพียงอย่างเดียว
ความปรารถนาของผู้คนต่ออาหารที่พักพิงและเสื้อผ้าทำให้พวกเขาขึ้นฝั่ง
ในไม่ช้าคนฉลาดก็ตระหนักว่าการย้ายถิ่นและโมเมนตัมอยู่ในแกนหลัก
กล้าหาญออกมาจากความสะดวกสบายและกระโดดว่ายน้ำโดยไม่สนใจเสียงคำรามของทะเล
ปรารถนาที่จะสำรวจสิ่งใหม่ๆและทดลองหลักของการประดิษฐ์
อารยธรรมก้าวไปข้างหน้าและก้าวหน้าเพราะการย้ายถิ่นฐาน
ไม่มีที่หลบภัยในโลกที่มีความไม่แน่นอน
ความปรารถนาในเขตความสะดวกสบายยังถูกจำกัดด้วยความน่าจะเป็นในเชิงควอนตัม

เจตจำนงเสรีและวัตถุประสงค์

คือจุดประสงค์ของการมีชีวิตอยู่ให้มีชีวิตอยู่และทวีคูณ

หรือจุดประสงค์ของชีวิตคือการปกป้องรหัสดีเอ็นเอโดยรวม

เรามีตัวเลือกที่จะไม่ทำซ้ำซิงเกิลที่เหลืออยู่

เพื่อป้องกันรหัสพันธุกรรมจะต้องมีรูปสามเหลี่ยม

หากไม่มีพ่อแม่และลูกรหัสจะรัดเข็มขัด

อิสระจะมีบทบาทในการตัดสินใจเสมอ

แต่เจตจำนงเสรีเกี่ยวข้องกับความไม่แน่นอนและตัวแปร

ในอนาคตวัตถุประสงค์ของฟรีจะทำให้คนพิการ

ทำตามสัญชาตญาณของคุณและเพียงแค่ดำเนินการตามเจตจำนงของคุณก็เป็นเรื่องง่าย

แม้ว่าเจตจำนงเสรีและวัตถุประสงค์ของคุณจะไม่รวมเข้าด้วยกันแต่จงอ่อนน้อมถ่อมตน

สองประเภท

มีคนเพียงสองประเภทในโลกนี้ที่เราเคยทำงานด้วย

คนมองโลกในแง่ร้ายไม่มีความคิดริเริ่มที่จะเคลื่อนไหวและคนมองโลกในแง่ดีมักจะเคลื่อนไหวอยู่เสมอ

เพียงแค่ทำมันโดยไม่ต้องคิดมากเกินไปและปล่อยให้เลื่อนออกไปสำหรับวันพรุ่งนี้

ประเภทหนึ่งมีทัศนคติเชิงบวกและอีกประเภทมีทัศนคติเชิงลบ

หากเราคิดและวิเคราะห์มากเกินไปเกี่ยวกับผลลัพธ์มันเป็นไปไม่ได้ที่จะเริ่มต้น

ในตอนท้ายของวันและในที่สุดในตอนท้ายของชีวิตว่างเปล่าจะเป็นรถเข็นของเรา

ถอดสมอเรือออกและเริ่มแล่นเรือโดยไม่คิดว่าจะเกิดพายุในอนาคต

หากคุณรอท้องฟ้าแจ่มใสอย่างไม่มีกำหนดคุณจะไม่มีวันได้ดาวเด่น

ยอมรับความเป็นจริงว่าชีวิตเป็นเพียงความน่าจะเป็นเชิงควอนตัมโดยการสุ่ม

มาชื่นชมนักวิทยาศาสตร์กันเถอะ

มาชื่นชมนักวิทยาศาสตร์ทุกคนที่เปิดโลกควอนตัม

เราไม่สามารถมองเห็นหรือรู้สึกถึงอนุภาคควอนตัมด้วยอวัยวะรับสัมผัสของเรา

แต่สมองของเรามีความสามารถในการเข้าใจและเห็นภาพ

วิทยาศาสตร์ได้เผยให้เห็นธรรมชาติมาอย่างยาวนานและเพื่อทำความเข้าใจ

แต่เราไม่รู้ว่าเรายืนอยู่ตรงไหนจุดสิ้นสุดอยู่ไกลเกินไปหรือใกล้มาก

นักวิทยาศาสตร์ได้ผ่านคืนนอนไม่หลับจำนวนมากที่กำหนดสมมติฐาน

ต่อมาหลายคนทนต่อการทดสอบที่เข้มงวดและกลายเป็นทฤษฎี

ตอนนี้แมวของ Schrödinger

ออกจากกรอบด้วยการกระโดดควอนตัมและย้ายไปยังธรรมชาติ

ด้วยคอมพิวเตอร์ควอนตัมนักวิทยาศาสตร์จะสำรวจความเป็นไปได้ใหม่ๆในอนาคต

ความเป็นจริงยังคงเป็นภาพลวงตาสำหรับสมองจิตใจและจิตสำนึกของมนุษย์แม้ว่าเราจะเข้าสู่วัฒนธรรมใหม่

ชีวิตที่เหนือกว่าน้ำและออกซิเจน

จักรวาลไม่มีที่สิ้นสุดเกินขอบเขตและยังคงขยายตัว
แต่บางครั้งกระบวนการคิดของเราเกี่ยวกับจักรวาลเราเองก็มีข้อจำกัด
ชีวิตเป็นไปได้นอกเหนือจากคาร์บอนออกซิเจนและไฮโดรเจนในอินฟินิตี้
อาจมีชีวิตที่มีสติสัมปชัญญะซึ่งสามารถรับพลังงานจากดวงดาวได้โดยตรง
ต้องใช้ออกซิเจนและน้ำตลอดชีวิตในกาแลคซีอื่นๆอาจไม่เป็นจริง

รูปแบบของสิ่งมีชีวิตที่มีอยู่ในโลกของเราอาจโดดเดี่ยว
แต่ชีวิตประเภทเดียวกันหลายพันล้านปีแสงก็มีความน่าจะเป็นที่ดีเช่นกัน
เช่นเดียวกับธรรมชาติเช่นความหลากหลายดังนั้นรูปแบบที่แตกต่างกันของสิ่งมีชีวิตที่อื่นๆที่เป็นไปได้
แต่ด้วยฟิสิกส์และชีววิทยาของเราสิ่งมีชีวิตประเภทนั้นอาจเข้ากันไม่ได้
ความเป็นไปได้ของการดูดซึมพลังงานโดยตรงจากสิ่งมีชีวิตในจักรวาลอื่นนั้นสมเหตุสมผล

เรายังคงอยู่ในความมืดเกี่ยวกับพลังงานมืดและถูกจำกัดภายในขอบเขตของแสง
แต่สำหรับสิ่งมีชีวิตประเภทต่างๆในกาแล็กซีที่อยู่ห่างไกลพลังงานมืดอาจสว่าง
เมื่อเราข้ามสิ่งกีดขวางของความเร็วแสงเพื่อเดินทางด้วยความเร็วตามที่เราต้องการ
การค้นหาดาวเคราะห์นอกระบบในกาแล็กซีอื่นๆจะเป็นไปอย่างเรียบง่ายและยุติธรรม
จนกว่าจะถึงเวลาที่วิทยาศาสตร์ไม่ควรตัดสินและเขียนออกชั้นอื่นๆ

น้ำและดิน

สามในสี่ของโลกของเราอยู่ใต้น้ำ
หนึ่งในสี่เท่านั้นพวกเราโฮโมเซเปียนส์มีชีวิตอยู่
โลกใต้มหาสมุทรยังคงไม่ได้รับการสำรวจ
มนุษย์กำลังใช้ประโยชน์จากทรัพยากรของดินเกินกว่าที่จะแบกรับได้
ขอบคุณพระเจ้ามันยังยากที่จะสำรวจทะเลลึก

สำรวจอวกาศได้ง่ายและสะดวกสบายยิ่งขึ้น
นั่นคือเหตุผลที่การสร้างอาณานิคมแม้ในดวงจันทร์มีเชื้อชาติ
แม้ว่าทะเลทรายซาฮาราจะยังคงลึกลับเพื่อนำเสนออารยธรรม
เรากังวลมากขึ้นเกี่ยวกับการคว้าที่ดินในดวงจันทร์และเริ่มก่อสร้าง
ประชากรโลกส่วนใหญ่ยังคงไม่มีทางออกสำหรับที่อยู่อาศัย

จำเป็นต้องสำรวจอวกาศและอะตอมที่อยู่ใกล้เคียง
แต่จำเป็นต้องให้โอกาสในการอยู่รอดแก่มนุษย์ทุกคน
อารยธรรมเริ่มต้นการเดินทางด้วยความรักทั้งหมดสำหรับความก้าวหน้าและความเจริญรุ่งเรือง
อย่างไรก็ตามความสมดุลระหว่างโฮโมเซเปียนส์และคนอื่นๆสูญเสียความซื่อสัตย์
เพื่อความอยู่รอดของเผ่าพันธุ์มนุษย์เราต้องสร้างสมดุลระหว่างสิ่งแวดล้อมและระบบนิเวศด้วยความจริงใจ

ฟิสิกส์มีฮาร์โมนิกส์

หลายพันปีผ่านไปนับตั้งแต่ค้นพบการเกษตร
เกษตรกรยังคงไถพรวนและเพาะปลูกข้าวเปลือกและข้าวสาลี
ชาวประมงเฒ่าไปจับปลาในทะเลและขายในตลาด
คาวบอยและคาวเกิร์ลร้องเพลงเก่าที่เรียนรู้จากคุณปู่
ไม่ต้องกังวลเกี่ยวกับปัญญาประดิษฐ์หรือมนุษย์ต่างดาวที่พวกเขาได้ยิน

การพัวพันเชิงควอนตัมหรือดาวเคราะห์นอกระบบในห้องฟ้ากว้างไกลไม่สำคัญสำหรับพวกเขา
แต่ความแห้งแล้งและสภาพภูมิอากาศที่ไม่แน่นอนเป็นสิ่งที่น่ากังวลสำหรับผลผลิตของพวกเขา
การใช้ปุ๋ยเคมีอย่างไม่หยุดยั้งทำให้ผลผลิตของดินลดลง
มีคนหลายพันล้านคนที่ยังต้องพึ่งพาน้ำฝน
ปริมาณน้ำฝนที่ไม่เพียงพอสามารถผลักดันให้ลูกหลานของพวกเขายากจนและหิวโหย

แต่วิทยาศาสตร์ได้เคลื่อนลึกลงไปเรื่อยๆเพื่อสำรวจอะตอมและกาแล็กซี
วิทยาศาสตร์กำลังติดตามและสำรวจธรรมชาติและไม่ใช่ธรรมชาติสำรวจวิทยาศาสตร์
จักรวาลไม่ได้เกิดขึ้นหลังจากเขียนกฎฟิสิกส์
ความรู้เกี่ยวกับคณิตศาสตร์มาเป็นพื้นฐานและเรารู้ว่าพลวัตของดาวเคราะห์
ในการสำรวจธรรมชาติผ่านฟิสิกส์มีความเป็นไปได้ของฮาร์โมนิกทุกอย่าง

วิทยาศาสตร์ในขอบเขตของธรรมชาติ

เรามีสมการทางคณิตศาสตร์มากมายในฟิสิกส์เพื่ออธิบายธรรมชาติ
แต่ยังไม่ใช่สมการในการคำนวณวันที่เสียชีวิตในอนาคต
บางคนเสียชีวิตในวัยหนุ่มสาวที่แข็งแรงและบางคนเสียชีวิตในวัยชราอย่างน่าสังเวช
ไม่มีสมการทำไมความพยายามด้วยเจตจำนงเสรีและงานเฉพาะที่ยื่นต่อผลผลิต

นอกจากนี้ยังมีสมการในการทำนายแผ่นดินไหวได้อย่างแม่นยำ
การคาดการณ์ภัยพิบัติทางธรรมชาติและการระบาดใหญ่ก็มีความเป็นไปได้เช่นกัน
แต่เราต้องการสมการง่ายๆเพื่อความเข้ากันได้และความยั่งยืนในชีวิตคู่
การคาดการณ์ทางวิทยาศาสตร์ต้องแม่นยำร้อยเปอร์เซ็นต์โดยไม่มีข้อผิดพลาด
มิฉะนั้นในหมู่คนอ่อนแอนักโหราศาสตร์จะสร้างความสยดสยองเสมอ

วิทยาศาสตร์ไม่ใช่กล่องดำเหมือนข้อความทางศาสนาที่เขียนเมื่อหลายพันปีก่อน
กลุ่มอาการกล่องดำโดยนักวิทยาศาสตร์หลายคนควรหลั่งอัตตาของพวกเขา
ทุกความเป็นไปได้และความน่าจะเป็นที่ควรสำรวจคือการค้นหาความจริง
เพียงแค่บอกความเชื่อและค่านิยมบางอย่างว่าเป็นไสยศาสตร์โดยไม่มีหลักฐานก็หยาบคาย
วิทยาศาสตร์ในขอบเขตของธรรมชาติและพระผู้เป็นเจ้าทรงเป็นไปเพื่อวันพรุ่งนี้ที่ดีกว่าและดีเสมอ

สมมติฐานและกฎหมายที่พัฒนาขึ้น

สมมติฐานและกฎของฟิสิกส์อภิปรัชญากำลังพัฒนาไปตามกาลเวลา
ก่อนบิ๊กแบงอาจมีกฎที่แตกต่างกันในการปกครองจักรวาล
แต่สำหรับเรากฎของฟิสิกส์และธรรมชาติมาในขอบเขตของเวลาเท่านั้น
เวลาอาจเป็นภาพลวงตาหรือย้ายจากอดีตสู่ปัจจุบันสู่อนาคตสิ่งสำคัญสำหรับผู้สังเกตการณ์
หากไม่มีเวลาเราไม่มีความหมายต่อกฎหมายหรือวัตถุประสงค์ที่เคย

เทคโนโลยีเป็นไปตามหลักฟิสิกส์ด้วยวิวัฒนาการเพื่อคุณภาพชีวิตที่ดีขึ้นสู่โฮโมเซเปียนส์
แต่สำหรับสิ่งมีชีวิตอื่นๆในโลกฟิสิกส์และเทคโนโลยีเป็นมนุษย์ต่างดาว
แม้แต่คนที่สี่สามคนที่อาศัยอยู่ใต้มหาสมุทรหรือทะเลก็ไม่มีความรู้ด้านฟิสิกส์
แต่พวกเขาก็ยังใช้ชีวิตอย่างสะดวกสบายและมีความสุขโดยไม่รู้คณิตศาสตร์ใดๆ
การเดินทางและชีวิตของพวกเขายังอยู่ในขอบเขตของเวลาโดยไม่ต้องสนใจสถิติ

เราสิ่งมีชีวิตที่ชาญฉลาดได้เข้าควบคุมทุกสิ่งในธรรมชาติ
แต่ในกระบวนการของการพัฒนาและความก้าวหน้าสำหรับธรรมชาติเราไม่สนใจ
การรู้จักรวาลวิทยาและอนุภาคพื้นฐานไม่เพียงพอสำหรับส่วนแบ่งของทุกคน

หากไม่มีความสมดุลทางนิเวศวิทยาและสภาพแวดล้อมที่เอื้ออำนวยวันหนึ่งชีวิตมนุษย์จะหายาก

ให้นักวิทยาศาสตร์สร้างสมดุลระหว่างกระบวนการวิวัฒนาการกับการประดิษฐ์สำหรับทุกคนที่มีความยุติธรรม

เกี่ยวกับผู้เขียน

Devajit Bhuyan

DEVAJIT BHUYAN, วิศวกรไฟฟ้าโดยวิชาชีพและกวีจากหัวใจมีความเชี่ยวชาญในการแต่งบทกวีในภาษาอังกฤษและภาษาแม่ของเขาอัสสัม

เขาเป็นเพื่อนของสถาบันวิศวกร (อินเดีย) วิทยาลัยเจ้าหน้าที่บริหารแห่งอินเดีย (ASCI) และเป็นสมาชิกชีวิตของ "Asam Sahitya Sabha" องค์กรวรรณกรรมสูงสุดของอัสสัมดินแดนแห่งชาแรดและ Bihu ในช่วง 25 ปีที่ผ่านมาเขาได้เขียนหนังสือมากกว่า 110 เล่มที่ตีพิมพ์โดยสำนักพิมพ์ต่างๆใน 40 ภาษา จากหนังสือที่ตีพิมพ์ประมาณ 40 เล่มของเขามีหนังสือกวีนิพนธ์อัสสัมและหนังสือ 30 เล่มเป็นกวีนิพนธ์ภาษาอังกฤษ

บทกวีของเทวาจิตภูยานครอบคลุมทุกสิ่งที่มีอยู่ในโลกของเราและมองเห็นได้ภายใต้ดวงอาทิตย์

เขาได้แต่งบทกวีจากมนุษย์สู่สัตว์สู่ดวงดาวกาแล็กซีสู่มหาสมุทรสู่ป่าสู่มนุษยชาติสู่สงครามสู่เทคโนโลยีสู่เครื่องจักรและทุกสิ่งที่มีอยู่และสิ่งที่เป็นนามธรรม หากต้องการทราบข้อมูลเพิ่มเติมเกี่ยวกับเขาโปรดไปที่ www.devajitbhuyan.com หรือดูช่อง YouTube ของเขา @ *careergurudevajitbhuyan1986*

www.ingramcontent.com/pod-product-compliance
Lightning Source LLC
LaVergne TN
LVHW041700070526
838199LV00045B/1144